Cha Ta Sẽ Nhân Danh Ta Mà Ban Cho Các Ngươi

Dr. Jaerock Lee

*"Trong ngày đó, các ngươi không còn hỏi ta về điều chi nữa.
Quả thật, quả thật, ta nói cùng các ngươi, điều chi các ngươi sẽ cầu xin nơi Cha,
thì Ngài sẽ nhân danh ta mà ban cho các ngươi.
Đến bấy giờ, các ngươi chưa nhân danh ta mà cầu xin điều chi hết.
Hãy cầu xin đi, các ngươi sẽ được,
hầu cho sự vui mừng các ngươi được trọn vẹn."*
(Giăng 16:23-24)

Cha Ta Sẽ Nhân Danh Ta Mà Ban Cho Các Ngươi:
giả Tiến Sĩ Jaerock Lee

Do Nhà Sách Urim xuất bản (Người đại diện: Seongnam Vin)
73, Yeouidaebang-ro 22-gil, Dongjak-gu, Seoul, Korea
www.urimbooks.com

Tất cả bản quyền đều được đăng ký. Không được sao chép sách nầy dưới bất kỳ hình thức nào khi chưa có sự cho phép của nhà xuất bản.

Trừ khi được đề cập đến, tất cả những phần trích dẫn Kinh Thánh đều được trích từ Kinh Thánh, bản dịch The Holy Bible in Vietnamese Old Version (Re-typeset) ®, Copyright © VNM – 2009-25M VNOV 42 – ISBN 978-1-921445-58-3 bởi United Bible Societies, 1998. Được dùng dưới sự cho phép.

Bản Quyền © 2018 bởi Tiến Sĩ Jaerock Lee
ISBN: 979-11-263-0421-9   03230
Bản Quyền Dịch Thuật © 2014 bởi Tiến Sĩ Esther K. Chung. Được phép sử dụng.

Đã được Urim Books xuất bản bằng tiếng Hàn, năm 1990, tại Seoul, Hàn Quốc

Xuất Bản lần thứ nhất tháng 7 năm 2018

Biên tập bởi Tiến sĩ Geumsun Vin
Thiết kế bởi Ban Biên tập Sách Urim Book
Công ty in ấn Yewon ấn hành
Để biết thêm thông tin: urimbook@hotmail.com

Thông Điệp về Ấn Phẩm

―❦―

*"Quả thật, quả thật, ta nói cùng các ngươi,
điều chi các ngươi sẽ cầu xin nơi Cha,
thì Ngài sẽ nhân danh ta mà ban cho các ngươi."*
(Giăng 16:23)

Cơ Đốc giáo là niềm tin mà người ta gặp gỡ Đức Chúa Trời hằng sống và kinh nghiệm được công việc của Ngài qua Đức Chúa Giê-su Christ.

Vì Đức Chúa Trời là Đấng toàn năng, Đấng đã dựng nên trời và đất, làm chủ trên lịch sử của muôn loài vạn vật, cũng như làm trên sự sống, sự chết, sự rủa sả và sự chúc phước của loài người, Ngài đáp lời cầu nguyện và mong muốn họ có một đời sống phước hạnh thích đáng dành cho con cái của Đức Chúa Trời.

Hễ ai là con cái đích thực của Đức Chúa Trời đều mang lấy thẩm quyền mà người ấy đã được ban cho với tư cách là con cái của Đức Chúa Trời. Bởi thẩm quyền nầy mà chắc hẳn người ấy sẽ sống một đời sống mà mọi việc đều trở nên có thể, và nhận thấy rằng mình chẳng thiếu thứ gì, để vui hưởng phước hạnh mà chẳng có cớ gì phải dung dưỡng sự ganh ghét, đố kỵ chống nghịch lại kẻ khác. Với đời sống sung túc dư dật, khỏe mạnh, và thành công, ắt họ phải dâng vinh hiển lên cho Đức Chúa Trời qua đời sống mình.

Để vui hưởng một đời sống phước hạnh như vậy, người ta phải thông hiểu và thấu suốt thánh luật về sự nhậm lời của Đức Chúa Trời để nhận lãnh mọi thứ mà mình nhân danh Đức Chúa Giê-su Christ mà cầu xin.

Tác phẩm nầy là một tài liệu biên soạn từ những sứ điệp đã được rao giảng cho hết thảy tín hữu, đặc biệt cho những người tin chắc vào Đức Chúa Trời toàn năng và ao ước có một đời sống được vui hưởng trọn vẹn những sự nhậm lời của Đức Chúa Trời.

Nguyện tác phẩm *Cha Ta Sẽ Nhân Danh Ta Mà Ban Cho Các Ngươi* nầy sẽ đáp ứng được nhu cầu như một sách hướng dẫn để dẫn dắt hết thảy độc giả hiểu rõ được thánh luật về sự nhậm lời của Đức Chúa Trời để giúp họ có thể nhận lãnh được mọi thứ mà mình cầu xin trong sự cầu nguyện. Trong danh Đức Chúa Giê-su Christ, tôi dâng lời cầu nguyện!

Tôi xin dâng hết sự tạ ơn và vinh hiển lên Đức Chúa Trời về sự cho phép sách nầy mang lấy lời quý báu của Ngài để được xuất bản, và xin được bày tỏ lòng biết ơn chân thành đến tất cả những ai đã góp phần công khó vào sự nỗ lực nầy.

Jaerock Lee

Nội Dung

Cha Ta Sẽ Nhân Danh Ta Mà Ban Cho Các Ngươi

Thông Điệp về Ấn Phẩm

Chương 1
Những Phương Cách để Nhận Lãnh Sự Đáp Lời
của Đức Chúa Trời   1

Chương 2
Chúng Ta Vẫn Còn Cần Cầu Hỏi Ngài   15

Chương 3
Thánh Luật về Sự Đáp Lời của Đức Chúa Trời   25

Chương 4
Phá Đổ Bức Tường Tội Lỗi   39

Chương 5
Chúng Ta Gặt Những Gì Mình Gieo   51

Chương 6
Ê-li Được Đức Chúa Trời Đáp Lời Bằng Lửa   65

Chương 7
Làm Thế Nào Để Được Trọn Điều Lòng Mình Ao Ước   77

Chương 1

Những Phương Cách để Nhận Lãnh Sự Đáp Lời của Đức Chúa Trời

Hỡi các con bé mọn,
chớ yêu mến bằng lời nói và lưỡi,
nhưng bằng việc làm và lẽ thật.
Bởi đó, chúng ta biết mình là thuộc về lẽ thật,
và giục lòng vững chắc ở trước mặt Ngài.
Vì nếu lòng mình cáo trách mình,
thì Đức Chúa Trời lại lớn hơn lòng mình nữa,
và biết cả mọi sự. Hỡi kẻ rất yêu dấu,
ví bằng lòng mình không cáo trách,
thì chúng ta có lòng rất dạn dĩ, đặng đến gần Đức Chúa Trời;
và chúng ta cầu xin điều gì mặc dầu, thì nhận được điều ấy,
bởi chúng ta vâng giữ các điều răn
của Ngài và làm những điều đẹp ý Ngài.

1 Giăng 3:18-22

Một trong những nguồn vui sướng lớn đối với con cái của Đức Chúa Trời ấy là Đức Chúa Trời toàn năng là Đấng hằng sống, nhậm lời sự cầu nguyện họ, và khiến mọi sự trở nên ích lợi cho họ. Những ai tin sự thật nầy, đem lòng sốt sắng mà cầu nguyện hầu cho có thể nhận được mọi thứ mình cầu xin Đức Chúa Trời và dâng vinh hiển lên cho Ngài theo sự thỏa lòng của mình.

1 Giăng 5:14 cho chúng ta biết rằng, *"Nầy là điều chúng ta dạn dĩ ở trước mặt Chúa, nếu chúng ta theo ý muốn Ngài mà cầu xin việc gì, thì Ngài nghe chúng ta."* Câu Kinh Thánh nầy nhắc nhở chúng ta rằng khi chúng ta theo ý muốn Ngài mà cầu xin việc gì, chúng ta sẽ nhận được mọi thứ mình cầu xin đó. Kẻ làm cha mẹ dẫu có xấu đến đâu, khi con cái họ xin bánh, lẽ nào lại đem đá mà cho con cái mình sao, hoặc khi con cái mình xin cá, lại cho rắn chăng. Vậy thì điều gì có thể ngăn cản được Đức Chúa Trời để Ngài không ban những vật tốt cho con cái Ngài khi chúng cầu xin?

Khi người đàn bà Ca-na-an trong Ma-thi-ơ 15:21-28 đến gặp Chúa Giê-su, bà không chỉ nhận lãnh được sự nhậm lời đối với sự cầu xin của mình mà còn được mãn nguyện với những gì lòng bà ao ước. Mặc dù con gái bà đã phải khốn cực vì bị quỉ ám rất nặng, người đàn bà ấy nài xin Chúa Giê-su chữa lành con gái mình vì bà tin rằng mọi sự đều có thể đối với những kẻ tin. Chúng ta biết Chúa Giê-su đã làm gì cho người đàn bà Dân Ngoại nầy khi bà cầu xin Ngài chữa lành cho con gái mình một cách kiên trì? Như chúng ta thấy trong Giăng 16:23, *"Trong ngày đó, các ngươi không còn hỏi xin ta về điều chi nữa. Quả thật, quả thật, ta nói cùng các ngươi, điều chi các ngươi sẽ cầu xin nơi Cha, thì Ngài sẽ nhân danh ta mà ban cho các ngươi,"* nhìn thấy đức tin của người đàn bà ấy, Chúa Giê-su liền ban ngay cho bà điều mà bà đã cầu xin. *"Hỡi đàn bà kia, ngươi có đức tin lớn; việc phải xảy ra theo ý ngươi muốn"* (Ma-thi-ơ 15:28).

Sự đáp lời của Đức Chúa Trời thật kỳ diệu và ngọt ngào làm sao!

Nếu chúng ta tin Đức Chúa Trời hằng sống, với tư cách là con cái của Ngài chúng ta phải dâng vinh hiển lên cho Ngài qua việc nhận lãnh mọi sự chúng ta cầu xin. Với phân đoạn nền tảng của chương nầy, chúng ta hãy tra xem kỹ lưỡng những phương cách mà chúng ta có thể nhận lãnh được sự đáp lời của Đức Chúa Trời.

1. Chúng Ta Phải Tin Đức Chúa Trời Đấng Hứa Đáp Lời Chúng Ta

Qua Kinh Thánh, Đức Chúa Trời hứa rằng Ngài chắc chắn sẽ nhậm lời cầu nguyện và nài xin của chúng ta. Bởi vậy, chỉ khi chúng ta không nghi ngờ lời hứa nầy chúng ta mới có thể sốt sắng cầu nguyện để nhận lãnh mọi sự mà chúng ta xin Ngài.

Dân Số Ký 23:19 có chép rằng, *"Đức Chúa Trời chẳng phải là người để nói dối, cũng chẳng phải là con loài người đặng hối cải. Điều Ngài đã nói, Ngài há sẽ chẳng làm ư? Điều Ngài* đã phán, Ngài há sẽ chẳng làm cho ứng nghiệm sao?" Trong Ma-thi-ơ 7:7-8 Đức Chúa Trời phán hứa cùng chúng ta rằng, "Hãy xin, sẽ được; hãy tìm, sẽ gặp; hãy gõ cửa sẽ mở cho. Bởi vì hễ ai xin thì được; ai tìm thì gặp; ai gõ cửa thì được mở."

Xuyên suốt Kinh Thánh, có rất nhiều phân đoạn nói đến lời hứa của Đức Chúa Trời nói rằng Ngài sẽ nhậm lời chúng ta nếu chúng ta cầu xin theo ý muốn của Ngài. Sau đây là một vài ví dụ:

"Bởi vậy ta nói cùng các ngươi, mọi điều các ngươi xin trong lúc cầu nguyện, hãy tin đã được, tất điều đó sẽ ban cho các ngươi" (Mác 11:24).

"Ví bằng các ngươi cứ ở trong ta, và những lời ta ở trong các ngươi, hãy cầu xin mọi điều mình muốn thì sẽ được điều đó" (Giăng 15:7).

"Các ngươi nhân danh ta mà cầu xin điều chi mặc dầu, ta sẽ làm cho, để Cha được sáng danh nơi Con" (Giăng 14:13).

"Bấy giờ các ngươi sẽ kêu cầu ta, sẽ đi và cầu nguyện ta, và ta sẽ nhậm lời. Các ngươi sẽ tìm ta, và gặp được khi Các ngươi tìm kiếm ta hết lòng" (Giê-rê-mi 29:12-13).

"Trong ngày gian truân hãy kêu cầu cùng ta; ta sẽ giải cứu ngươi, và ngươi sẽ ngợi khen ta" (Thi Thiên

50:15).

Những lời hứa như vậy của Đức Chúa Trời được tìm thấy rất nhiều trong cả Cựu Ước lẫn Tân Ước. Ví như chỉ có một câu Kinh Thánh đề cập đến điều nầy, thì chúng ta cũng sẽ nắm chặt lấy sự ấy mà cầu nguyện để nhận lãnh sự đáp lời của Ngài. Tuy nhiên, vì lời hứa nầy được tìm thấy rất nhiều lần trong suốt cả Kinh Thánh, chúng ta phải tin rằng Đức Chúa Trời quả thật là Đấng hằng sống và hôm qua, ngày nay, và cho đến đời đời Ngài vẫn làm như vậy (Hê-bơ-rơ 13:8).

Hơn nữa, Kinh Thánh cũng cho chúng ta biết rằng có rất nhiều người nam, người nữ là những kẻ được phước, họ tin lời Đức Chúa Trời, đã cầu xin, và nhận lãnh sự đáp lời của Ngài. Chúng ta hãy theo gương đức tin và tấm lòng của những người ấy để có đời sống luôn nhận được sự đáp lời của Ngài.

Khi Chúa Giê-su phán cùng kẻ bại liệt trong Mác 2:1-12, *"Tội lỗi ngươi đã được tha. Hãy đứng dậy, vác giường đi về nhà,"* kẻ bại đứng dậy, tức thì vác giường đi ra trước mặt thiên hạ, đến nỗi ai nấy đều lấy làm lạ và chỉ biết ngợi khen Đức Chúa Trời.

Trong Ma-thi-ơ 8:5-13, có một thầy đội đến gặp Chúa Giê-su vì có đầy tớ người mắc bịnh bại rất đau đớn, nằm liệt ở nhà. Người đến thưa cùng Chúa Giê-su rằng, *"Xin Chúa chỉ phán một lời, thì đầy tớ tôi sẽ được lành"* (c. 8). Chúng ta biết khi Chúa Giê-su phán cùng thầy đội ấy rằng, *"Hãy về! Theo như điều ngươi tin thì sẽ được thành vậy,"* chính ngay giờ ấy, đứa đầy tớ của thầy đội được lành (c. 13).

Trong Mác 1:40-42, có một kẻ bị phung đến với Chúa Giê-su, quỳ xuống cầu xin rằng, *"Nếu Chúa Khứng, có thể khiến tôi được sạch"* (c. 40). Đức Chúa Giê-su động lòng thương xót, giơ tay sờ người, mà phán rằng, *"Ta khứng, hãy sạch đi!"* (c. 41) Liền khi đó, phung lặn mất, người trở nên sạch.

Đức Chúa Trời cho phép hết thảy mọi người đều nhận được bất kỳ điều gì họ cầu xin Ngài trong danh Chúa Giê-su Christ. Đức Chúa Trời mong muốn hết thảy mọi người đều tin ở Ngài là Đấng đã hứa nhậm lời cầu xin của họ, để cầu nguyện với tấm lòng kiên định, không bỏ cuộc, và trở nên con cái phước hạnh của Ngài.

2. Những Loại Cầu Nguyện Không Được Đức Chúa Trời Nhậm Lời

Khi người ta tin và cầu nguyện theo ý muốn của Đức Chúa Trời, sống theo lời Ngài, và chết giống như nhân của hột lúa mì khi gieo xuống đất, Đức Chúa Trời ghi nhận tấm lòng và sự tận hiến của họ để rồi nhậm lời sự cầu xin của họ. Tuy nhiên, nếu có ai cầu nguyện mà không được Chúa nhậm lời, thì hẳn phải có nguyên nhân. Trong Kinh Thánh có rất nhiều người mặc dù đã cầu nguyện, nhưng không được Chúa nhậm lời. Bằng cách xem xét nguyên nhân khiến người ta không nhận được sự đáp lời của

Đức Chúa Trời, chúng ta sẽ biết được phải làm thế nào để nhận được sự đáp lời của Ngài.

Trước hết, nếu chúng ta che giấu tội lỗi trong mình mà cầu nguyện, Đức Chúa Trời phán rằng, Ngài sẽ chẳng nhậm lời cầu nguyện của chúng ta. Thi Thiên 66:18 có chép rằng, *"Nếu lòng tôi có chú về tội ác, ắt Chúa chẳng nghe tôi,"* còn Ê-sai 59:1-2 thì nhắc nhở chúng ta rằng, *"Nầy tay Đức Giê-hô-va chẳng trở nên ngắn mà không cứu được; tai Ngài cũng chẳng nặng nề mà không nghe được đâu. Nhưng ấy là sự gian ác các ngươi làm xa cách mình với Đức Chúa Trời; và tội lỗi các ngươi đã che khuất mặt Ngài khỏi các ngươi, đến nỗi Ngài không nghe các ngươi nữa."* Vì tội lỗi của mình mà kẻ thù ma quỉ sẽ ngăn chặn lời cầu nguyện của chúng ta, nó chỉ chạm đến không trung mà chẳng đến được với ngai của Đức Chúa Trời.

Thứ hai, nếu chúng ta cầu nguyện đương lúc bất hòa với anh em mình, Đức Chúa Trời sẽ chẳng nhậm lời chúng ta. Vì Cha thiên thượng của chúng ta sẽ chẳng tha thứ cho chúng ta nếu chúng ta chẳng hết lòng tha lỗi cho anh em mình (Ma-thi-ơ 18:35), lời cầu nguyện của chúng ta chẳng thể đến được với Đức Chúa Trời nên cũng chẳng được đáp lời.

Thứ ba, nếu cầu nguyện để làm thỏa mãn dục vọng của mình, Đức Chúa Trời chẳng nhậm lời cầu nguyện ấy của chúng ta. Nếu không chú tâm đến sự vinh hiển của Ngài mà cầu nguyện theo sự thèm khát của bản tính tội lỗi và chỉ biết tiêu phí những gì Ngài ban cho chúng ta vào những lạc thú mình, Đức Chúa Trời sẽ chẳng nhậm lời cầu nguyện của chúng ta (Gia-cơ 4:2-3). Ví dụ, đối với một người con gái vâng lời và học hành chăm chỉ, người cha sẽ chiếu cố đến những sự cầu xin của nó bất kỳ lúc nào. Song, đối với người con gái không vâng lời, chẳng quan tâm gì đến việc học hành, người cha sẽ chẳng sẵn lòng chấp nhận sự cầu xin vì e ngại rằng cô ta sẽ sử dụng sự chấp nhận đó vào động lực sai trái. Đồng thể ấy, nếu chúng ta cầu xin điều gì với động cơ sai trật nhằm làm thỏa mãn bản tính tội lỗi của mình, Đức Chúa Trời sẽ chẳng đáp lời sự cầu xin ấy, vì e rằng chúng ta có thể sa vào con đường hủy diệt chăng.

Thứ tư, chớ cầu nguyện hay kêu cầu cùng các thần tượng (Giê-rê-mi 11:10-11). Vì Đức Chúa Trời rất gớm ghiếc thần tượng, chúng ta chỉ cầu nguyện cho sự cứu rỗi linh hồn. Bất kỳ sự cầu thay hay cầu xin nào dành cho kẻ thờ lạy thần tượng hay đại diện cho họ đều không được đáp lời.

Thứ năm, Đức Chúa Trời không nhậm lời cầu nguyện mà trong đó có chứa sự nghi ngờ vì chúng ta có thể nhận được sự đáp lời từ Đức Chúa Trời chỉ khi chúng ta tin và không có sự nghi ngờ nào (Gia-cơ 1:6-7). Tôi tin chắc rằng nhiều người trong anh chị em đã trở thành nhân chứng cho sự chữa lành những căn bệnh bất trị và giải quyết được những nan đề dường như không thể khi họ kêu cầu đến sự can thiệp của Đức Chúa Trời. Ấy là vì Đức Chúa Trời có phán cùng chúng ta rằng *Quả thật, ta nói cùng các ngươi, ai biểu hòn núi nầy rằng: Phải cất* mình lên và quăng xuống biển, nếu ngươi chẳng nghi ngại trong lòng, nhưng tin chắc lời mình nói sẽ ứng nghiệm, thì điều đó sẽ thành cho" (Mác 11:23). Chúng ta nên biết rằng lời cầu nguyện có chứa sự nghi ngờ thì không thể được đáp lời, và rằng chỉ có sự cầu nguyện theo ý muốn của Đức Chúa Trời mới đem lại sự nhận biết chắc chắn không thể nghi ngờ được.

Thứ sáu, nếu không vâng giữ các điều răn của Đức Chúa Trời, lời cầu nguyện của chúng ta sẽ không được nhậm. Khi chúng ta vâng giữ các điều răn và làm đẹp ý Ngài, Kinh Thánh nói rằng, chúng ta sẽ có lòng dạn dĩ trước mặt Đức Chúa Trời và nhận lãnh được mọi sự chúng ta cầu xin (1 Giăng 3:21-22). Châm Ngôn 8:17 cho chúng ta biết rằng, *"Ta yêu mến những người yêu mến ta, phàm ai tìm kiếm ta sẽ gặp ta,"* lời cầu nguyện của những ai vâng giữ điều răn Ngài là những người yêu thương Ngài (1 Giăng 5:3) chắc chắn sẽ được đáp lời.

Thứ bảy, nếu không có sự gieo ra, chúng ta không thể nhận được sự đáp lời của Chúa. Ga-la-ti 6:7 có chép rằng, *"Chớ hề dối mình, Đức Chúa Trời không chịu khinh dể đâu; vì ai gieo giống chi, lại gặt giống ấy,"* còn 2 Cô-rinh-tô 9:6 thì cho chúng ta biết rằng, *"Hãy biết rõ điều đó, hễ ai gieo ít thì gặt ít, ai gieo nhiều thì gặt nhiều,"* nếu chẳng gieo thì người ta cũng chẳng gặt được gì. Nếu cầu nguyện thì linh hồn người ta sẽ được thịnh vượng; nếu dâng hiến, người ta sẽ được chúc phước về tài chánh; nếu gieo ra bằng việc làm thì người ta sẽ được chúc phước về sức khỏe. Tóm lại, chúng ta phải gieo ra tùy theo điều mà chúng ta muốn được nhận để nhận lãnh sự đáp lời của Đức Chúa Trời.

Thêm vào những điều kiện trên, nếu người ta không nhân danh Chúa Giê-su Christ mà cầu nguyện, hay chẳng cầu nguyện tự đáy lòng mình, hay cứ cầu nguyện lắp bắp, thì lời cầu nguyện của họ sẽ không được nhậm. Sự bất hòa giữa vợ chồng (1 Phi-e-rơ 3:7) hay sự bất tuân đều chẳng đảm bảo gì được cho họ về sự đáp lời của Đức Chúa Trời.

Chúng ta phải luôn ghi nhớ rằng những trường hợp nói trên đều tạo nên bức tường ngăn cách giữa chúng ta với Đức Chúa Trời; Ngài sẽ ngoảnh mặt khỏi chúng ta và chẳng đáp lời sự cầu nguyện. Vì vậy, trước hết chúng ta phải tìm kiếm nước Đức Chúa Trời và sự công chính Ngài, kêu cầu Ngài trong sự cầu nguyện để đạt được điều mà lòng mình ao ước, và luôn nhận được sự đáp lời của Ngài bằng cách giữ vững đức tin cho đến cuối cùng.

3. Bí Quyết Để Lời Cầu Nguyện Của Chúng Ta Được Nhậm

Đời sống của một người trong Đấng Christ ở thời kỳ đầu, về mặt thuộc linh có thể ví như một con trẻ, lời cầu nguyện của người ấy thường được Chúa nhậm ngay. Vì anh ta chưa biết hết lẽ thật, chỉ cần anh ta làm theo lời Chúa dẫu chỉ là một ít, Đức Chúa Trời sẽ đáp lời anh ta như thế một con trẻ khóc đòi sữa, và khiến cho anh ta gặp gỡ Đức Chúa Trời. Khi anh ta liên tục nghe và hiểu lẽ thật, anh ta sẽ bước ra khỏi thời kỳ "chập chững", và chừng nào anh ta làm theo lẽ thật, Đức Chúa Trời sẽ đáp lời cầu nguyện của anh ta. Nếu như một người bước ra khỏi thời kỳ "con trẻ" thuộc linh mà vẫn cứ phạm tội và không sống theo lẽ đạo, anh ta không thể nhận được sự đáp lời của Đức Chúa Trời; kể từ thời điểm đó, chừng nào đạt được sự nên thánh thì Đức Chúa Trời mới nhậm lời cầu nguyện của anh ta.

Bởi vậy, để những ai chưa từng được Chúa nhậm lời cầu nguyện nhận sự đáp lời của Ngài, trước hết họ phải ăn năn, xoay khỏi đường lối mình, và bắt đầu một đời sống vâng phục là đời sống làm theo lời Đức Chúa Trời. Khi ở trong lẽ thật sau khi ăn năn và xé lòng mình, Đức Chúa Trời sẽ ban cho họ những ơn phước lạ lùng. Vì Gióp đã có loại đức tin đến từ lí trí, nên lúc đầu ông đã lầm bầm nghịch cùng Đức Chúa Trời khi thử thách và đau đớn đến trên ông. Sau khi Gióp gặp Đức Chúa Trời và xé lòng mình mà ăn năn, ông ta đã tha thứ cho các bạn mình và sống theo lời Đức Chúa Trời. Đến kỳ, Đức Chúa Trời đã ban phước cho Gióp gấp hai lần những gì người đã có trước đây (Gióp 42:5-10).

Giô-na bị nhốt trong bụng cá kình vì cớ bất tuân lời Chúa. Song, khi người cầu nguyện, ăn năn, và dâng lời cảm tạ trong sự cầu nguyện bởi đức tin, Đức Chúa Trời đã truyền lệnh cho cá ấy mửa Giô-na ra trên đất khô (Giô-na 2:1-10).

Khi chúng ta xoay khỏi đường lối mình, ăn năn, sống theo ý muốn của Đức Chúa Cha, tin và kêu cầu đến Ngài, kẻ thù ma quỉ đến với chúng ta bởi một đường, nhưng phải bởi bảy đường mà tháo chạy. Theo lẽ đương nhiên, những bệnh tật, những khó khăn với con cái, những nan đề về tài chánh sẽ được giải quyết. Người chồng hay bắt bớ trở nên người chồng nhân từ, ấm áp, và một gia đình êm ấm tỏa mùi hương Đấng Christ sẽ dâng vinh hiển lớn lên cho Đức Chúa Trời.

Nếu xoay khỏi đường lối mình, ăn năn, và lời cầu nguyện của mình được nhậm, chúng ta phải dâng vinh hiển lên Đức Chúa Trời qua việc làm chứng về niềm vui của mình. Khi chúng ta vui mừng mà dâng vinh hiển lên Ngài qua sự làm chứng của mình, Đức Chúa Trời không những chỉ nhận lấy sự vinh hiển và niềm vui trong chúng ta mà còn thương yêu hỏi chúng ta rằng, "Con muốn ta ban điều gì cho con?"

Giả sử có một người con được cha mẹ mình trao cho một món quà, song người con ấy chẳng tỏ ra biết ơn hay chẳng hề bày tỏ lòng biết ơn bằng bất kỳ cách nào. Có lẽ người con ấy sẽ chẳng bao giờ được nhận một thứ gì khác từ cha mẹ nó. Tuy nhiên, nếu người con ấy tỏ ra rất vui mừng về món quà ấy và làm đẹp lòng cha mẹ nó, hẳn họ sẽ trở nên rất đổi vui mừng và muốn cho con mình nhiều thứ khác nữa và cũng chuẩn bị để đáp ứng theo nhu cầu của nó. Đồng thể ấy, chúng ta sẽ càng nhận lãnh được nhiều hơn từ Đức Chúa Trời khi chúng ta dâng vinh hiển lên cho Ngài. Hãy nhớ rằng Cha Thiên Thượng của chúng ta sẽ lấy làm vui sướng khi thấy con cái mình nhận được sự đáp lời cho sự cầu nguyện của chúng và thậm chí lại càng ban cho chúng là những kẻ làm chứng về sự đáp lời của Ngài nhiều ơn phước tốt hơn.

Hết thảy chúng ta hãy cầu xin theo ý muốn của Đức Chúa Trời, bày tỏ với Ngài về đức tin và sự tận hiến của chúng ta, để được Ngài ban cho chúng ta mọi thứ mình cầu xin. Theo cách nhìn của con người, thì việc bày tỏ đức tin và sự tận hiến của chúng ta với Đức Chúa Trời là một công việc khó khăn. Dẫu vậy, chỉ sau khi chúng ta trải qua tiến trình quăng xa những tội lỗi nặng nề là những thứ ngăn cản lẽ thật, tập chú về nước thiên đàng đời đời, nhận sự đáp lời cho sự cầu nguyện của mình, và làm nên những phần thưởng cho mình nơi nước thiên đàng, thì đời sống chúng ta sẽ được đổ đầy sự biết ơn, vui mừng và thật sự xứng đáng. Và lại, đời sống chúng ta sẽ được phước càng thêm hơn vì cớ những gian nan thử thách và đau đớn đã bị đẩy lùi, và sự yên ủi đích thực có thể được nhận thấy trong sự soi dẫn và che chở của Đức Chúa Trời.

Nguyện mỗi chúng ta đều bởi đức tin mà cầu xin những gì lòng mình ao ước, cầu nguyện sốt sắng, chống lại tội lỗi và làm theo các điều răn của Ngài để nhận được mọi thứ mình cầu xin, làm đẹp ý Ngài trong mọi sự, để dâng vinh hiển lớn lao lên cho Đức Chúa Trời. Nhân danh Đức Chúa Giê-su Christ, tôi dâng lời cầu nguyện!

Chương 2

Chúng Ta Vẫn Còn Cần Cầu Hỏi Ngài

Bấy giờ các ngươi sẽ nhớ lại đường lối xấu xa của mình, và việc làm của mình là không tốt. Chính các ngươi sẽ tự gớm ghét mình, vì cớ tội lỗi và những sự gớm ghiếc của các ngươi. Chúa Giê-hô-va phán: Chẳng phải vì cớ các ngươi mà ta làm như vậy, các ngươi khá biết rõ. Hỡi nhà Y-sơ-ra-ên, khá biết hổ và mắc cỡ về đường lối mình! Chúa Giê-hô-va phán như vầy: Ngày mà ta sẽ làm sạch mọi tội lỗi các ngươi, ta sẽ lại làm cho thành các ngươi có dân ở, và những chỗ đổ nát sẽ dựng lại. Đất hoang vu sẽ cày cấy, dầu mà trước đã hoang vu trước mắt mọi kẻ đi qua. Chúng nó sẽ nói rằng: Đất hoang vu nầy đã trở nên như vườn Ê-đen; những thành đổ nát, hoang vu, tàn phá kia, kìa đã có tường vách và dân ở. Bấy giờ các dân tộc còn sót lại chung quanh các ngươi sẽ biết rằng ta, Đức Giê-hô-va, đã cất lại nơi bị phá, trồng lại nơi bị hủy. Ta, Đức Giê-hô-va, đã phán lời đó, và sẽ làm thành. Chúa Giê-hô-va phán như vầy: Ta còn muốn nhà Y-sơ-ra-ên cầu hỏi ta để ta làm sự nầy cho: Ta sẽ thêm nhiều người nam nó như một bầy chiên.

Ê-xê-chi-ên 36:31-37

Qua sáu mươi sáu sách của Kinh Thánh, Đức Chúa Trời hôm qua, ngày nay, và cho đến đời đời không hề thay đổi (Hê-bơ-rơ 13:8) làm chứng cho sự thật rằng Ngài là Đấng hằng sống và đang vận hành. Đối với những ai tin và làm theo lời Ngài trong Cựu Ước, Tân Ước và ngày nay, Đức Chúa Trời là Đấng thành tín bày tỏ cho họ chứng cứ về công việc Ngài.

Đức Chúa Trời là Đấng Tạo Hóa của muôn loài trong vũ trụ và là Đấng Chủ Tể của sự sống, sự chết, sự rủa sả, và sự chúc phước của nhân loại, là Đấng đã hứa "ban phước" cho chúng ta (Phục Truyền 28:5-6) nếu chúng ta tin và làm theo hết thảy lời Ngài được chép trong Kinh Thánh. Bấy giờ nếu chúng ta thật lòng tin sự thật lạ lùng và kỳ diệu nầy, thì chúng ta có thể thiếu gì, và có gì chúng ta không thể nhận được? Chúng ta nhận biết điều nầy trong Dân Số Ký 23:19, *"Đức Chúa Trời chẳng phải là người để nói dối, cũng chẳng phải là con loài người đặng hối cải. Điều Ngài đã nói, Ngài há sẽ chẳng làm ư? Điều Ngài đã phán, Ngài há sẽ chẳng làm ứng nghiệm sao?"* Phải chăng Đức Chúa Trời nói mà không làm? Phải chăng Ngài chỉ hứa mà chẳng làm cho ứng nghiệm? Hơn nữa, vì Đức Chúa Giê-su đã hứa với chúng ta trong Giăng 16:23, *"Quả thật, quả thật, ta nói cùng các ngươi, điều chi các ngươi sẽ cầu xin nơi Cha, thì Ngài sẽ nhân danh ta mà ban cho các ngươi,"* Quả thật con cái của Đức Chúa Trời là những kẻ được phước.

Vì thế, đối với con cái Đức Chúa Trời, việc nhận lãnh mọi sự họ cầu xin và dâng vinh hiển lên Cha Thiên Thượng mình ấy chỉ là lẽ đương nhiên. Nhưng tại sao phần lớn Cơ Đốc Nhân đều không có được đời sống như vậy? Với phân đoạn Kinh

Thánh nền tảng của chương nầy, chúng ta hãy khám phá phương cách để có thể luôn nhận được sự đáp lời của Ngài.

1. Điều Đức Chúa Trời Đã Phán thì Ngài Sẽ Làm nhưng Chúng Ta Vẫn Cần Phải Cầu Xin

Với tư cách là tuyển dân của Đức Chúa Trời, dân sự Y-sơ-ra-ên đã được ban phước dư dật. Họ được hứa rằng, nếu trọn lòng vâng giữ và làm theo lời Đức Chúa Trời, Ngài sẽ đặt họ lên trên hết mọi dân trong thế gian, khiến cho những kẻ thù nghịch bị đánh bại trước mặt họ, và ban phước trên mọi sự khi tay họ chạm vào (Phục Truyền 28:1, 7, 8). Những phước hạnh như vậy đã tuôn đổ trên dân sự Y-sơ-ra-ên khi họ làm theo lời Đức Chúa Trời, nhưng khi họ làm điều sai trật, phạm đến Thánh Luật, thờ lạy thần tượng, trong cơn giận dữ của Đức Chúa Trời họ đã bị bắt làm phu tù và đất đai họ bị tàn phá.

Bấy giờ, Đức Chúa Trời phán cùng dân sự Y-sơ-ra-ên rằng nếu họ ăn năn và xoay khỏi đường tà của mình, Ngài sẽ khiến cho đất hoang vu được cày cấy và xây lại những nơi đổ nát. Hơn thế, Đức Chúa Trời đã phán rằng, *"Ta, Đức Giê-hô-va, đã phán lời đó, và sẽ làm thành. Chúa Giê-hô-va phán như vầy: Ta còn muốn nhà Y-sơ-ra-ên cầu hỏi ta để ta làm sự nầy cho"* (Ê-xê-chi-ên 36:36-37).

Tại sao Đức Chúa Trời hứa cùng dân sự Y-sơ-ra-ên rằng Ngài sẽ làm nhưng cũng bảo rằng họ cần phải "cầu hỏi" Ngài?

Mặc dầu Đức Chúa Trời biết chúng ta cần gì trước khi chúng ta cầu xin (Ma-thi-ơ 6:8), Ngài cũng bảo chúng ta rằng, *"Hãy xin, sẽ được ... Bởi vì, hễ ai xin thì được ... huống chi Cha các ngươi ở trên trời lại chẳng ban các vật tốt cho những người xin Ngài sao!"* (Ma-thi-ơ 7:7-11)

Ngoài ra, như Đức Chúa Trời đã phán cùng chúng ta trong cả Kinh Thánh, chúng ta cần cầu hỏi và kêu cầu Ngài để được Ngài đáp lời (Giê-rê-mi 33:3; Giăng 14:14), con cái của Đức Chúa Trời là những kẻ thật sự tin lời Ngài vẫn phải cầu hỏi Ngài cho dù Ngài phán rằng Ngài sẽ làm.

Một mặt, khi Đức Chúa Trời nói rằng, "Ta sẽ làm điều đó," nếu chúng ta tin và làm theo lời Ngài, chúng ta sẽ nhận được sự đáp lời. Mặt khác, nếu nghi ngờ, thử Chúa, và không đầy lòng biết ơn mà thay vào đó là cứ lầm bầm trong những lúc gặp hoạn nạn và thử thách – tóm lại, nếu chúng ta không tin vào lời hứa của Đức Chúa Trời – chúng ta không thể nhận được sự đáp lời của Ngài. Cho dù Đức Chúa Trời có hứa rằng, "Ta sẽ làm điều ấy," thì lời hứa ấy chỉ có thể được ứng nghiệm khi chúng ta nắm chặt lấy lời hứa ấy trong sự cầu nguyện và trong việc làm. Một người không thể nói là có đức tin nếu không cầu hỏi mà chỉ nhìn vào lời hứa mà rằng, "Vì Đức Chúa Trời đã phán vậy, thì điều ấy sẽ được làm thành." Anh ta cũng chẳng thể nhận được sự đáp lời của Ngài vì chẳng có việc làm cặp theo.

2. Chúng Ta Phải Cầu Hỏi Để Được Chúa Đáp Lời

Trước hết, chúng ta phải cầu nguyện phá đổ bức tường ngăn cách chúng ta với Đức Chúa Trời.

Khi Đa-ni-ên bị bắt làm phu tù tại Ba-bi-lon sau khi Giê-ru-sa-lem sụp đổ, người chợt nhớ đến câu Kinh Thánh chứa đựng lời tiên tri của Giê-rê-mi và được biết rằng cảnh hoang tàn của Giê-ru-sa-lem sẽ kéo dài trong bảy mươi năm. Trong bảy mươi năm ấy, Đa-ni-ên lại biết rằng, dân sự Y-sơ-ra-ên sẽ hầu hạ vua Ba-bi-lon. Tuy nhiên, khi bảy mươi năm đã mãn, vua Ba-ba-lon, vương quốc của người, và xứ Canh-đê đã bị hoang phế triền miên vì cớ tội lỗi chúng. Mặc dù lúc bấy giờ dân sự Y-sơ-ra-ên đang bị bắt làm phu tù tại Ba-bi-lon, lời tiên tri của Giê-rê-mi nói rằng họ sẽ được tự do và trở về quê hương mình sau bảy mươi năm, điều ấy đã trở thành nguồn vui và sự khuây khỏa dành cho Đa-ni-ên ngay lúc đó.

Song, Đa-ni-ên đã không chia sẻ niềm vui của mình với những người đồng bạn Y-sơ-ra-ên, mặc dù người có thể dễ dàng làm như vậy. Thay vào đó, người đã thệ nguyện cầu xin cùng Đức Chúa Trời bằng sự khẩn nguyện, nài xin, với sự kiêng ăn, mặc bao gai và đội tro. Người đã ăn năn tội lỗi của chính mình và cho dân sự Y-sơ-ra-ên về những tội ác họ đã phạm, những việc sai trật, gian ác, phản loạn, và xoay bỏ những điều răn và luật pháp Đức Chúa Trời (Đa-ni-ên 9:3-19).

Qua Tiên Tri Giê-rê-mi Đức Chúa Trời chẳng bày tỏ rằng sự phu tù của dân Y-sơ-ra-ên tại Ba-bi-lon sẽ kết thúc như thế nào; Ngài chỉ tiên báo về sự kết thúc của sự phu tù sau bảy thập niên.

Tuy nhiên, vì Đa-ni-ên đã biết rõ thánh luật, người đã nhận biết rõ rằng để lời Chúa được ứng nghiệm, trước hết bức tường ngăn cách giữa Y-sơ-ra-ên và Đức Chúa Trời phải được phá đổ. Để làm được như vậy, Đa-ni-ên đã bày tỏ đức tin của mình bằng việc làm. Khi Đa-ni-ên kiêng ăn và ăn năn – cho chính mình cũng như cho dân sự Y-sơ-ra-ên – về những việc làm sai trật chống lại Đức Chúa Trời mà khiến phải bị rủa sả, Đức Chúa Trời đã phá bỏ bức tường ấy, đáp lời Đa-ni-ên, trao cho dân sự Y-sơ-ra-ên "bảy mươi" 'bảy' [tuần], và tỏ cho người những sự kín nhiệm khác.

Khi trở nên con cái Đức Chúa Trời là những kẻ cầu xin theo ý muốn của Cha, chúng ta hãy nhận biết rằng việc phá đổ bức tường tội lỗi phải là việc ưu tiên hàng đầu trước khi nhận lãnh bất kỳ sự đáp lời nào cho sự cầu nguyện của mình.

Thứ hai, chúng ta phải cầu nguyện bởi đức tin và trong sự vâng phục.

Xuất Ê-díp-tô 3:6-8 có nói đến lời hứa của Đức Chúa Trời đối với dân sự Y-sơ-ra-ên, là những kẻ bấy giờ đang làm nô lệ trong xứ Ê-díp-tô, rằng Ngài sẽ đưa họ ra khỏi Ê-díp-tô để dẫn đến Ca-na-an, xứ đượm sữa và mật. Ca-na-an là xứ mà Đức Chúa Trời đã hứa ban cho dân Y-sơ-ra-ên để làm cơ nghiệp (Xuất Ê-díp-tô 6:8). Ngài tuyên thệ sẽ ban xứ ấy cho con cháu họ và truyền cho họ hãy đi lên xứ đó (Xuất Ê-díp-tô 33:1-3). Ấy là miền đất hứa mà Đức Chúa Trời đã truyền cho dân Y-sơ-ra-ên hủy diệt hết thảy thần tượng trong đó và cảnh báo họ về sự lập giao ước với dân bản xứ cùng thần tượng chúng, hầu cho dân

Y-sơ-ra-ên sẽ không tạo ra bẫy gài giữa họ và Đức Chúa Trời. Đây là lời hứa của Đức Chúa Trời, Đấng luôn làm thành những gì đã Ngài hứa. Vậy, tại sao dân Y-sơ-ra-ên đã không thể vào được xứ Ca-na-an?

Với sự vô tín của họ đối với Đức Chúa Trời và quyền năng Ngài, dân Y-sơ-ra-ên đã lầm bầm chống nghịch Đức Chúa Trời (Dân Số Ký 14:1-3) và không vâng theo Ngài, do vậy họ đã không thể vào được xứ Ca-na-an trong khi đã đến cửa ngõ của nó (Dân Số Ký 14:21-23; Hê-bơ-rơ 3:18-19). Tóm lại, cho dù Đức Chúa Trời đã hứa cùng dân Y-sơ-ra-ên về xứ Ca-na-an, song lời hứa ấy sẽ chẳng có ích gì nếu họ chẳng tin và không làm theo Ngài. Nếu họ đã tin và vâng theo Ngài, thì chắc hẳn lời hứa ấy đã được ứng nghiệm. Cuối cùng, chỉ có Giô-suê và Ca-lép là những kẻ tin lời Đức Chúa Trời, cùng với con cháu của Y-sơ-ra-ên, mới có thể vào được Ca-na-an (Giô-suê 14:6-12). Qua lịch sử Y-sơ-ra-ên, chúng ta hãy ghi nhớ rằng chúng ta có thể nhận được sự đáp lời của Ngài chỉ khi chúng ta cầu xin bởi việc tin vào lời hứa của Ngài và trong sự vâng phục, để nhận sự đáp lời của Ngài bằng sự cầu xin bởi đức tin.

Mặc dù chính Môi-se đã tin chắc vào lời hứa của Đức Chúa Trời về xứ Ca-na-an, nhưng vì dân Y-sơ-ra-ên đã chẳng tin quyền năng Đức Chúa Trời, nên chính Môi-se cũng chẳng được vào đất hứa. Công việc của Đức Chúa Trời nhiều khi được tỏ ra bởi đức tin của một người, song những lúc khác, chỉ khi mọi người đều dự phần vào công việc đức tin thì công việc của Ngài mới được bày tỏ. Để vào được xứ Ca-na-an, Đức Chúa Trời đòi hỏi đức tin của hết thảy dân sự Y-sơ-ra-ên, chứ không chỉ đức tin của Môi-se. Song, vì Ngài không thể nhìn thấy đức tin như vậy trong dân sự Y-sơ-ra-ên, Đức Chúa Trời đã không cho họ vào xứ Ca-na-an. Hãy ghi nhớ rằng khi Đức Chúa Trời tìm kiếm đức của không chỉ một người mà là của mọi người cùng dự phần vào, thì hết thảy mọi người cần phải cầu nguyện bởi đức tin và trong sự vâng phục mà hiệp lòng cùng nhau để nhận sự đáp lời của Ngài.

Khi một người đàn bà bị đau đớn vì bệnh rong huyết suốt mười hai năm đã được chữa lành bằng cách rờ vào áo Chúa Giê-su, Ngài hỏi, *"Ai đã rờ áo ta?"* và đã làm chứng sự chữa lành của bà trước mặt mọi người (Mác 5:25-34).

Lời chứng của một cá nhân về công việc của Đức Chúa Trời đã được bày tỏ trong đời sống của người ấy giúp cho đức tin của người khác lớn lên khiến cho họ mạnh mẽ để biến đổi thành con người tin kính là những người cầu xin và nhận được sự đáp lời của Ngài. Vì việc nhận được sự đáp lời của Đức Chúa Trời bởi đức tin khiến cho những kẻ chẳng tin trở nên có đức tin và gặp được Đức Chúa Trời hằng sống, ấy là cách thật sự tuyệt vời để dâng vinh hiển lên cho Ngài.

Bởi việc tin và làm theo lời phước hạnh trong Kinh Thánh, và nhớ rằng chúng ta vẫn cần cầu hỏi Ngài cho dù Đức Chúa Trời có hứa rằng, "Điều gì ta đã phán, thì ta sẽ làm," để chúng ta luôn nhận được sự đáp lời của Ngài, trở nên con cái phước hạnh và dâng vinh hiển lên Đức Chúa Trời với tấm lòng mãn nguyện của mình.

Chương 3

Thánh Luật về Sự Đáp Lời của Đức Chúa Trời

Đoạn Đức Chúa Giê-su ra đi,
lên núi Ô-li-ve theo như thói quen;
các môn đồ cùng đi theo Ngài.
Khi đã đến nơi đó, Ngài phán cùng các môn đồ rằng:
Hãy cầu nguyện, hầu cho các ngươi khỏi sa vào sự cám dỗ.
Ngài bèn đi khỏi các môn đồ, cách chừng liệng một cục đá,
quì xuống mà cầu nguyện rằng:
Lạy Cha, nếu Cha muốn, xin cất chén nầy khỏi tôi!
Dầu vậy, xin ý Cha được nên, chớ không theo ý tôi!...
Có một thiên sứ từ trên trời hiện xuống cùng Ngài,
mà thêm sức cho Ngài.
Trong cơn rất đau thương, Ngài cầu nguyện càng tha thiết,
mồ hôi trở nên như giọt máu lớn rơi xuống đất.
Cầu nguyện xong, Ngài đứng dậy trở lại cùng các môn đồ,
thấy đương ngủ mê vì buồn rầu.
Ngài phán rằng: Sao các ngươi ngủ?
Hãy đứng dậy cầu nguyện để khỏi sa vào sự cám dỗ.

Lu-ca 22:39-46

Con cái Đức Chúa Trời nhận được sự cứu rỗi và có quyền nhận lãnh mọi sự họ cầu xin Ngài bởi đức tin. Ấy là tại sao Ma-thi-ơ 21:22 có chép rằng, *"Trong khi cầu nguyện, các ngươi lấy đức tin xin việc gì bất kỳ, thảy đều được cả."*

Song, sau khi cầu nguyện nhiều người tự hỏi rằng tại sao họ không nhận được sự đáp lời của Đức Chúa Trời, họ đặt câu hỏi rằng chẳng biết sự cầu nguyện của họ có đến được với Đức Chúa Trời chăng, hay nghi ngờ rằng chẳng biết Đức Chúa Trời có nghe lời cầu nguyện của họ không.

Cũng giống như chúng ta cần biết những phương pháp và những lộ trình thích hợp để đi tiếp đến một nơi nhất định nào đó mà chẳng có sự trở ngại nào, chỉ khi chúng ta nhận biết được những phương pháp và nguyên tắc của sự cầu nguyện thì chúng ta mới có thể nhận được sự đáp lời của Ngài cách mau chóng. Tự thân của lời cầu nguyện chẳng đảm bảo được cho sự đáp lời của Đức Chúa Trời; chúng ta cần nhận biết thánh luật về sự đáp lời của Ngài và cầu nguyện theo luật ấy.

Chúng ta hãy xem xét kỹ lưỡng thánh luật về sự đáp lời của Đức Chúa Trời và mối quan hệ của nó với bảy vị Thần của Ngài.

1. Thánh Luật về Sự Đáp Lời của Đức Chúa Trời

Vì cầu nguyện là cầu xin Đức Chúa Trời toàn năng để được những điều mà chúng ta ao ước và cần, chỉ khi cầu xin Ngài hợp với thánh luật thì Ngài mới nhậm lời cầu xin của chúng ta. Không có số lượng hay mức độ nào của sự cố gắng mà con người dựa vào ý tưởng, phương pháp, danh tiếng, và sự hiểu biết của họ để có thể khiến Đức Chúa Trời nhậm lời cầu xin của họ.

Vì Đức Chúa Trời là quan án công bình (Thi Thiên 7:11), nghe và nhậm lời cầu nguyện của chúng ta, Ngài đòi hỏi chúng ta một sự phù hợp nhất định nào đó để đổi lấy sự đáp lời của Ngài. Sự đáp lời của Chúa đối với lời cầu nguyện của chúng ta có thể so sánh với việc mua bán. Người bán có thể ví sánh với Đức Chúa Trời, chiếc cân mà anh ta dùng có thể ví với công cụ mà Đức Chúa Trời dùng để cân đo, dựa vào thánh luật để quyết định người nào đó có thể nhận được sự đáp lời hay không.

Giả sử như chúng ta đi đến người bán thịt để mua hai cân thịt bò. Khi chúng ta hỏi mua, người bán thịt sẽ cân đủ số lượng theo như chúng ta yêu cầu, người bán thịt sẽ xem số lượng thịt có đủ hai cân hay chưa. Nếu thịt trên cân đã đủ hai cân, người bán thịt sẽ nhận số tiền tương ứng với hai cân thịt, rồi gói lại mà trao cho chúng ta.

Cũng giống như vậy, khi Đức Chúa Trời nhậm lời cầu nguyện của chúng ta, Ngài cũng sẽ nhận lại một điều gì đó từ chúng ta để đáp lại sự đảm bảo cho việc Ngài nhậm lời cầu nguyện của chúng ta. Ấy là thánh luật về sự nhậm lời cầu nguyện của Đức Chúa Trời.

Đức Chúa Trời nghe lời cầu nguyện của chúng ta, chấp nhận từ phía chúng ta một điều gì đó có giá trị thích hợp, rồi thì nhậm lời cầu nguyện của chúng ta. Nếu lời cầu nguyện của ai đó chưa được Chúa nhậm, ấy là vì anh ta chưa bày tỏ với Ngài một sự thích hợp với sự đáp lời của Ngài. Vì số lượng cần thiết để được Chúa nhậm lời thay đổi tùy theo nội dung của lời cầu nguyện, cho đến khi người ta nhận được loại đức tin mà nhờ đó để được Đức Chúa Trời nhậm lời, người ấy phải cầu nguyện và tích góp cho đủ số lượng cần thiết. Cho dù chúng ta không biết cụ thể số lượng thích hợp ấy, song Ngài biết rõ. Vì thế, khi chúng ta hết sức chú ý lắng nghe tiếng phán của Đức Thánh Linh, chúng ta cần cầu xin Đức Chúa Trời một điều gì đó với sự kiêng ăn, một số khác với sự thệ nguyện cầu xin hàng đêm, những thứ khác với sự cầu nguyện trong nước mắt, còn một số khác nữa thì với sự dâng lời tạ ơn. Việc làm như vậy là sự tích góp số lượng cần có để nhận được sự đáp lời của Đức Chúa Trời, vì Ngài ban cho chúng ta loại đức tin để nhờ đó chúng ta có thể tin và được phước qua việc được nhậm lời mà chúng ta cầu xin Ngài.

Cho dù hai người sắp đặt và bắt đầu sự cầu nguyện tuyên thệ, một người nhận được sự đáp lời của Chúa ngay sau khi bắt đầu, trong khi người kia thì chẳng nhận được gì thậm chí sau một thời gian cầu nguyện. Sự khác biệt nầy có thể được lý giải như thế nào?

Vì Đức Chúa Trời là Đấng thông sáng và đã có kế hoạch từ trước, nếu Ngài biết rằng người ấy có tấm lòng cầu nguyện cho đến cuối cùng của kỳ cầu nguyện tuyên thệ, Ngài sẽ đáp lời sự cầu xin của người ấy ngay. Song, nếu người ta không nhận được sự đáp lời của Chúa vì nan đề mà họ phải đối diện ngay hiện tại, ấy là vì người ấy đã không dâng lên Chúa một sự thích hợp trọn vẹn cho sự đáp lời của Ngài. Khi chúng ta tuyên thệ cầu nguyện trong một thời gian nhất định nào đó, chúng ta nên biết rằng Đức Chúa Trời đã dẫn dắt tấm lòng chúng ta hầu cho Ngài sẽ nhận một lượng cầu nguyện thích hợp cho sự đáp lời của Ngài. Bởi vậy, nếu chúng ta không tích góp đủ lượng, thì Ngài không nhậm lời cầu nguyện của chúng ta.

Ví dụ, nếu một người nam cầu nguyện cho người phối ngẫu tương lai của mình, Đức Chúa Trời sẽ tìm cho anh ta một nàng dâu thích hợp và chuẩn bị hầu cho Ngài có thể làm cho mọi sự trở nên ích lợi cho người. Điều này không có nghĩa rằng nàng dâu thích hợp xuất hiện trước mặt người nam ấy vì anh ta chưa đến tuổi kết hôn mà chỉ vì anh ta cầu nguyện cho điều ấy. Vì Đức Chúa Trời sẽ đáp lời cho những kẻ tin nên họ đã được Ngài nhậm lời, trong lúc Ngài lựa chọn, Ngài sẽ tỏ công việc của Ngài cho họ. Dẫu vậy, khi người ta cầu nguyện không hợp với ý muốn của Ngài, thì chẳng có lượng cầu nguyện nào có thể đảm bảo được rằng Ngài sẽ đáp lời cho. Nếu cũng người nam ấy tìm kiếm và cầu nguyện cho nàng dâu tương lai của mình với những điều kiện bề ngoài như trình độ học vấn, ngoại hình, sức khỏe, tài sản, danh tiếng, và những thứ tương tự – hay nói cách khác, sự cầu nguyện chứa đầy sự tham lam được hình thành từ nếp nghĩ rập khuôn của anh ta – Đức Chúa Trời sẽ chẳng nhậm lời cầu nguyện như vậy.

Cho dù hai người cầu nguyện với Đức Chúa Trời về cùng một vấn đề giống hệt như nhau, vì mức độ nên thánh và lượng đức tin mà người ta có thể tin trọn lòng là khác nhau, lượng cầu nguyện để được Đức Chúa Trời đáp lời cũng khác nhau (Khải Huyền 5:8). Người này có thể nhận được sự đáp lời của Chúa trong một tháng, trong khi đó người kia thì chỉ trong một ngày.

Và lại, tầm quan trọng của sự đáp lời của Chúa đối với sự cầu nguyện của chúng ta càng lớn, thì lượng cầu nguyện cũng phải lớn. Theo thánh luật, một bình chứa lớn sẽ được tôi luyện nhiều hơn và trở nên như vàng, trong khi đó một chiếc bình nhỏ thì sẽ được rèn thử ít hơn và được Chúa sử dụng ít hơn. Vì thế, không ai được phán xét người khác mà rằng, "Hãy nhìn xem toàn là những thử thách mà anh ta phải chịu bất chấp lòng trung thành của anh!" để làm buồn lòng Chúa bất kỳ cách nào. Trong những tổ phụ đức tin của chúng ta, Môi-se chịu thử thách 40 năm, Gia-cốp 20 năm, và chúng ta nhận biết được mỗi người trở thành một chiếc bình phù hợp như thế nào trước mặt Đức Chúa Trời và được sử dụng cho mục đích lớn của Ngài sau khi chịu những thử thách tương ứng của họ. Hãy nghĩ đến tiến trình mà qua đó một đội bóng quốc gia được thành lập và huấn luyện. Nếu kỹ năng của một cầu thủ nào đó xứng đáng để ghi tên vào bảng phân công, thì cũng chỉ sau khi được đầu tư thêm thời gian và sự nỗ lực trong sự rèn luyện, anh ta mới có thể đại diện cho quốc gia mình được.

Cho dù là sự đáp lời mà chúng ta tìm kiếm ở Đức Chúa Trời là lớn hay nhỏ, chúng ta cũng phải đánh động đến tấm lòng của Ngài thì mới nhận được. Trong sự cầu nguyện để nhận được bất kỳ điều gì chúng ta cầu xin, Đức Chúa Trời sẽ động lòng và nhậm lời cầu xin của chúng ta khi chúng ta dâng lên Ngài một lượng cầu nguyện thích hợp, thanh tẩy tấm lòng chúng ta để không có bức tường tội lỗi nào ngăn cách giữa chúng ta với Đức Chúa Trời, dâng lên Ngài lời tạ ơn, sự vui mừng, các của dâng, và những điều tương tự để làm chứng về đức tin mình đối với Ngài.

2. Mối Quan Hệ giữa Thánh Luật và Bảy Vị Thần của Đức Chúa Trời

Trên đây, chúng ta đã xem xét phép ẩn dụ về người bán thịt và chiếc cân của anh ta, theo thánh luật Đức Chúa Trời đo lường lượng cầu nguyện của mỗi người không một sai sót để xác định người ấy đã có đủ lượng cầu nguyện thích hợp chưa. Hầu hết người ta đều đưa ra những phán xét trên một vấn đề cụ thể nào đó dựa vào những sự mắt thấy của họ, Đức Chúa Trời đưa ra một sự đánh giá chính xác bởi bảy vị Thần của Ngài (Khải Huyền 5:6). Nói cách khác, khi một người nào đó được bảy vị Thần công bố đủ tư cách, anh ta sẽ được Chúa đáp lời cho sự cầu nguyện của mình.

Bảy vị Thần đo lường điều gì?

Trước hết, bảy vị Thần đo lường đức tin của con người.

Trong đức tin, có "đức tin thuộc linh" và "đức tin xác thịt." Loại đức mà bảy vị Thần đo lường ấy chẳng phải là đức tin xác thịt, đức tin của sự hiểu biết – mà là đức tin thuộc linh, đức tin sống có việc làm cặp theo (Gia-cơ 2:22). Ví dụ trong Mác 9 có một cảnh tượng một người cha đem đứa con bị quỉ ám và bị câm của mình đến trước mặt Chúa Giê-su (Mác 9:17). Người cha thưa cùng Chúa Giê-su rằng, "Tôi tin; xin Chúa giúp đỡ trong sự không tin của tôi!" Ở đây người cha xưng nhận đức tin xác thịt của mình mà rằng, "Tôi tin" và cầu xin Ngài ban cho đức tin thuộc linh, mà thưa rằng, "Xin Chúa giúp đỡ trong sự không tin của tôi!" Đức Chúa Giê-su liền đáp lời người cha và chữa lành cho con trai người (Mác 9:18-27).

Nếu không có đức tin thì không thể ở cho đẹp ý Đức Chúa Trời (Hê-bơ-rơ 11:6). Song, vì chúng ta có thể đạt được điều lòng mình ao ước khi chúng ta làm đẹp ý Ngài, bởi đức tin có thể làm đẹp ý Chúa, Ngài sẽ ban cho chúng ta điều lòng mình ao ước. Thế thì, nếu chúng ta không nhận được sự đáp lời của Đức Chúa Trời, mặc dù Ngài có phán cùng chúng ta rằng, *"Theo đức tin ngươi thì sẽ được thành như vậy,"* điều nầy có nghĩa rằng đức tin của chúng ta chưa được trọn (Ma-thi-ơ 8:13).

Thứ hai, bảy vị Thần đo lường sự vui mừng của chúng ta.

Vì 1 Tê-sa-lô-ni-ca 5:16 bảo chúng ta hãy vui mừng luôn, chính Đức Chúa Trời muốn chúng ta vui mừng luôn. Thay vì vui mừng trong những lúc khó khăn, ngày nay nhiều Cơ Đốc Nhân thấy mình bị vây hãm trong bồn chồn, sợ hãi, và lo lắng. Nếu hết lòng tin Đức Chúa Trời hằng sống, họ có thể luôn vui mừng bất chấp hoàn cảnh mà họ đang gặp phải. Họ có thể vui mừng trong niềm hy vọng tha thiết ở nơi thiên quốc đời đời, chẳng phải ở thế gian nầy là nơi mà mọi thứ rồi sẽ qua đi.

Thứ ba, bảy vị Thần đo lường sự cầu nguyện của chúng ta.

Vì Đức Chúa Trời bảo chúng ta hãy cầu nguyện không thôi (1 Tê-sa-lô-ni-ca 5:17) và hứa ban cho những ai cầu xin Ngài (Ma-thi-ơ 7:7), chúng ta chỉ việc khôn ngoan mà nhận lấy từ Đức Chúa Trời những gì chúng ta cầu xin trong sự cầu nguyện. Loại cầu nguyện khiến Đức Chúa đẹp lòng còn đòi hỏi đến sự cầu nguyện thường xuyên (Lu-ca 22:39) và quỳ gối cầu nguyện theo ý muốn của Đức Chúa Trời. Với quan điểm và thái độ như vậy, chúng ta sẽ đương nhiên kêu cầu đến Đức Chúa Trời với trọn cả lòng mình, và sự cầu nguyện của chúng ta sẽ là sự cầu nguyện bởi đức tin và tình yêu thương. Đức Chúa Trời là Đấng dò xét loại cầu nguyện nầy. Chúng ta không phải chỉ cầu nguyện khi cần điều gì hay khi buồn lòng và rối bi bô trong sự cầu nguyện, mà bèn là cầu nguyện theo ý muốn của Đức Chúa Trời (Lu-ca 22:39-41).

Thứ tư, bảy vị thần đo lường sự cảm tạ của chúng ta.

Vì Đức Chúa Trời truyền cho chúng ta hãy dâng lời tạ ơn trong mọi sự (1 Tê-sa-lô-ni-ca 5:18), hễ ai có đức tin đều dâng lời tạ ơn trong mọi sự với trọn cả lòng mình như một lẽ đương nhiên. Vì Ngài đã kéo chúng ta ra khỏi con đường hủy diệt để bước vào con đường sự sống, làm thế nào để chúng ta không đầy lòng biết ơn? Chúng ta phải đầy lòng biết ơn về sự gặp gỡ mà Đức Chúa Trời dành cho những ai hết lòng tìm kiếm Ngài và sự đáp lời của Ngài cho những ai cầu xin. Vả lại, cho dù chúng ta có đối diện với khó khăn trong cuộc đời ngắn ngủi ở thế gian nầy, chúng ta cũng phải biết ơn, vì hy vọng của chúng ta là ở nước thiên đàng đời đời.

Thứ năm, bảy vị thần đo lường xem chúng ta có vâng giữ các điều răn của Đức Chúa Trời chăng.

1 Giăng 5:2 có chép rằng, *"Chúng ta biết mình yêu con cái Đức Chúa Trời, khi chúng ta yêu Đức Chúa Trời và giữ vẹn*

các điều răn Ngài," và điều răn của Đức Chúa Trời chẳng phải là gánh nặng (1 Giăng 5:3). Thói quen quỳ gối cầu nguyện và kêu cầu đến Đức Chúa Trời ấy là sự cầu nguyện bởi tình yêu thương xuất phát từ đức tin của người ấy. Bởi đức tin và tình yêu dành cho Đức Chúa Trời, người ta sẽ cầu nguyện theo lời của Ngài.

Song, có nhiều người phàn nàn vì thiếu vắng sự đáp lời của Chúa, họ đi đằng tây trong khi đó Kinh Thánh bảo họ, "Hãy đi đằng đông." Tất cả những gì họ cần làm ấy là tin những gì Kinh Thánh nói và làm theo. Vì họ nhanh chóng để lời Chúa qua một bên, đánh giá mọi hoàn cảnh theo ý tưởng và luận thuyết riêng của mình, và họ cũng cầu nguyện theo lợi ích riêng của bản thân, Đức Chúa Trời ngoảnh mặt khỏi họ và không đáp lời. Giả sử chúng ta có hẹn với bạn mình tại sân ga tàu hỏa ở New York City nhưng rồi nhận ra rằng mình thích đi xe buýt hơn tàu hỏa, rồi đón xe buýt đến New York. Cho dù chúng ta chờ tại sân ga xe buýt đến bao lâu chăng nữa, chúng ta sẽ chẳng bao giờ gặp được bạn mình. Nếu chúng ta đi về phía tây thậm chí ngay sau khi Đức Chúa Trời đã bảo chúng ta "Hãy đi về đông," chúng ta sẽ không thể được coi là vâng theo Ngài. Song, thật là bi kịch và đau lòng khi có rất nhiều Cơ Đốc Nhân có loại đức tin như vậy. Điều nầy chẳng phải đức tin cũng chẳng phải tình yêu. Nếu nói mình yêu mến Đức Chúa Trời, thì việc vâng giữ các điều răn của Ngài là lẽ đương nhiên (Giăng 14:15; 1 Giăng 5:3).

Tình yêu dành cho Đức Chúa Trời sẽ khiến chúng ta càng thêm sốt sắng và siêng năng hơn. Đáp lại, điều nầy sẽ đem lại kết quả trong sự cứu rỗi linh hồn và sự truyền bá phúc âm, cũng như việc hoàn thành nước Đức Chúa Trời và sự công chính Ngài.

Linh hồn chúng ta sẽ được sung mãn và sẽ nhận lấy quyền phép của sự cầu nguyện. Vì nhận được sự đáp lời và dâng vinh hiển lên cho Đức Chúa Trời và tin rằng nhờ những sự nầy mà chúng ta sẽ được phần thưởng trên thiên đàng, chúng ta sẽ đầy lòng biết ơn và chẳng thấy mỏi mệt. Do vậy, nếu chúng ta có đức tin nơi Đức Chúa Trời, thì việc vâng giữ Mười Điều Răn, bản trích yếu của sáu mươi sáu sách trong Kinh thánh, là lẽ tự nhiên.

Thứ sáu, bảy vị Thần đo lường sự trung tín của chúng ta.

Đức Chúa Trời muốn chúng ta không chỉ trung tín trong một lĩnh vực riêng biệt nào đó mà là trung tín trong cả nhà Ngài. Vả lại, như có chép trong 1 Cô-rinh-tô 4:2, *"Vả lại, cái điều người ta trông mong ở người quản gia là phải trung thành."* Thật là điều phải lẽ đối với những ai được Đức Chúa Trời giao cho trọng trách để cầu hỏi Ngài thêm sức cho đặng trung tín trong mọi sự và được mọi người chung quanh tin tưởng. Ngoài ra, họ còn nên trung tín ở nhà, trong công việc, và cố gắng trung tín trong mọi sự mà trong đó họ có dự phần, sự trung tín của họ phải được hoàn thành trong lẽ thật.

Thứ bảy và là cuối cùng, bảy vị Thần đo lường tình yêu của chúng ta.

Cho dù có ai đó có đủ tư cách theo sáu tiêu chuẩn trên, Đức Chúa Trời cho chúng ta biết rằng nếu không có tình yêu thương thì "chẳng ích gì" mà chỉ là "tiếng chập chỏa kêu vang," như vậy tình yêu thương là điều quan trọng hơn hết trong ba điều quan trọng, đức tin, hy vọng và tình yêu thương. Hơn nữa, Chúa Giê-su đã làm trọn luật pháp trong tình yêu thương (Rô-ma 13:10) vậy nên với tư cách là con cái của Đức Chúa Trời, thì việc chúng ta yêu thương nhau là điều phải lẽ.

Để nhận được sự đáp lời của Đức Chúa Trời cho lời cầu nguyện của chúng ta, trước hết chúng ta phải đủ tư cách khi được đo lường dựa vào các tiêu chuẩn mà bảy vị Thần sử dụng. Phải chăng điều nầy có nghĩa rằng những kẻ mới tin, là những người chưa biết lẽ thật, thì không thể nhận được sự đáp lời của Đức Chúa Trời?

Giả sử có một con trẻ chập chững chưa biết nói, một ngày nọ phát âm cách rõ ràng, "Mẹ!" Cha mẹ nó sẽ rất vui mừng mà cho nó những thứ nó muốn.

Cũng giống như vậy, vì có nhiều cấp độ đức tin khác nhau, bảy vị Thần đo lường mỗi chúng ta và đáp lời một cách phù hợp. Vì thế, Đức Chúa Trời sẽ cảm động và vui mừng để đáp lời một người mới tin khi người ấy bày tỏ đức tin dù là rất nhỏ. Đức Chúa Trời sẽ cảm động và vui lòng đáp lời những tín hữu ở cấp độ đức tin thứ hai và thứ ba khi họ tích góp được một lượng đức tin tương ứng. Những tín hữu ở tầm thước đức tin thứ tư và thứ năm, khi họ sống theo ý muốn của Đức Chúa Trời và cầu nguyện theo cách phù hợp hơn với Ngài, tức thì họ có đủ tư cách trước mặt bảy vị Thần và được Đức Chúa Trời đáp lời cách mau chóng hơn.

Tóm lại, khi thấy mình ở cấp độ đức tin cao hơn bao nhiêu

– thì người ấy càng phải ý thức rõ hơn về thánh luật để sống cho xứng hợp với sự đó – thì người ấy sẽ nhận được sự đáp lời của Đức Chúa Trời một cách nhanh chóng hơn bấy nhiêu. Tuy nhiên, vì những lý do nào mà những kẻ mới tin thường được Chúa đáp lời cách nhanh chóng hơn? Bởi ân điển mà họ nhận được từ Chúa, một người mới tin trở nên đầy dẫy Thánh Linh và đủ tư cách trước mặt bảy vị Thần, do đó anh ta được Chúa đáp lời cách mau chóng.

Dầu vậy, khi ngày càng đi vào lẽ thật sâu nhiệm hơn anh ta trở nên uể oải và dần dần mất đi tình yêu ban đầu cũng như lòng sốt sắng mà họ từng có, rồi trở nên nguội lạnh và có xu hướng phát triển sự "ngụy tạo khi chúng ta tiếp tục."

Trong sự nóng cháy mà chúng ta dành cho Chúa, chúng ta hãy trở nên xứng đáng trước mặt bảy vị Thần bằng cách sốt sắng sống bởi lẽ thật, nhận lãnh từ Cha mọi sự chúng ta cầu xin trong sự cầu nguyện, để có cuộc sống phước hạnh mà nhờ đó chúng ta dâng vinh hiển lên cho Ngài!

Chương 4

Phá Đổ Bức Tường Tội Lỗi

Nầy, tay Đức Giê-hô-va chẳng
trở nên ngắn mà không cứu được;
tai Ngài cũng chẳng nặng nề mà không nghe được đâu.
Nhưng ấy là sự gian ác các ngươi làm
xa cách mình với Đức Chúa Trời;
và tội lỗi các ngươi đã che khuất mặt Ngài khỏi các ngươi,
đến nỗi Ngài không nghe các ngươi nữa.

Ê-sai 59:1-2

Đức Chúa Trời phán cùng con cái Ngài trong Ma-thi-ơ 7:7-8, *"Hãy xin, sẽ được; hãy tìm, sẽ gặp; hãy gõ cửa sẽ mở cho. Bởi vì, hễ ai xin thì được; ai tìm thì gặp; ai gõ cửa thì được mở."* Và hứa sẽ nhậm lời sự cầu nguyện của họ. Thế nhưng, tại sao có nhiều người không được Chúa nhậm lời cầu nguyện mình bất chấp lời hứa của Ngài?

Đức Chúa Trời chẳng nghe lời cầu nguyện của tội nhân; Ngài ngoảnh mặt khỏi họ. Ngài cũng không thể đáp lời sự cầu nguyện của những kẻ có bức tường tội lỗi ngăn cản giữa giữa họ với Đức Chúa Trời. Bởi vậy, để vui hưởng sức khỏe tốt và mọi sự tốt đẹp kể cả linh hồn sung mãn, việc phá đổ bức tường tội lỗi cản đường chúng ta đến với Đức Chúa Trời phải là một việc phải được quyền ưu tiên.

Bởi việc xem xét kỹ lưỡng nhiều yếu tố khác nhau có liên quan đến việc tạo nên bức tường tội lỗi, tôi khuyên giục mỗi một chúng ta hãy trở nên con cái phước hạnh của Đức Chúa Trời là những kẻ ăn năn tội lỗi mình nếu có bức tường tội lỗi nào ngăn cách giữa họ với Đức Chúa Trời, để nhận lãnh mọi sự mình cầu xin Ngài trong sự cầu nguyện, và dâng vinh hiển lên cho Ngài.

1. Phá Đổ Bức Tường Tội Lỗi vì Sự Vô Tín với Đức Chúa Trời và Không Tin Nhận Chúa Giê-su Christ Làm Cứu Chúa của Mình

Kinh Thánh công bố rằng hễ ai không tin Đức Chúa Trời và tin nhận Đức Chúa Giê-su làm Cứu Chúa của mình ấy là kẻ có tội (Giăng 16:9). Nhiều người nói rằng, "Tôi chẳng có tội lỗi gì cả vì tôi đã sống thiện lành," nhưng ấy là bởi sự dốt nát về thuộc linh mà họ đã nói như vậy trong khi chẳng biết gì về bản tính tội lỗi. Vì lời Đức Chúa Trời chẳng ở trong họ, những người nầy chẳng biết gì về sự khác nhau giữa điều chân thật và sự giả dối nên không thể phân biệt được đâu là thiện, đâu là ác. Hơn nữa, nếu không hiểu biết về sự công chính đích thực, nếu những tiêu chuẩn của đời nầy bảo với họ rằng, "Ngươi chẳng phải là loại người xấu đó," thì họ sẽ chẳng e dè mà rằng họ là những kẻ thiện lành. Bất chấp một đời sống tốt đẹp như thế nào mà người ta tin rằng họ đã có, khi nhìn lại đời sống mình dưới ánh sáng của lời Đức Chúa Trời sau khi tin nhận Chúa Giê-su Chrsit, người ta nhận ra rằng đời sống của mình chẳng có gì "tốt đẹp" cả. Ấy là vì người ta nhận thức rõ rằng việc họ chẳng tin Đức Chúa Trời và nhận Chúa Giê-su Christ làm Cứu Chúa mình là là tội trọng nhất trong các tội. Đức Chúa Trời buộc phải đáp lời sự cầu nguyện của những ai đã tin nhận Chúa Giê-su Christ và trở thành con cái của Ngài, trong khi đó con cái Đức Chúa Trời có quyền nhận lãnh sự đáp lời của Ngài đối với sự cầu nguyện mình theo như lời hứa Ngài.

Lý do khiến con cái Đức Chúa Trời – là những kẻ tin Ngài và nhận Đức Chúa Giê-su Christ làm làm Cứu Chúa họ – không được Chúa nhậm lời cầu nguyện là vì họ không nhận ra sự tồn tại của một bức tường, thứ bắt nguồn từ tội lỗi và sự gian ác của họ, án ngữ giữa họ và Đức Chúa Trời. Vì thế nên cho dù khi họ kiêng ăn hay thức trắng đêm để cầu nguyện, Đức Chúa Trời vẫn ngoảnh mặt và không nhậm lời cầu nguyện họ.

2. Phá Hủy Tội Không Yêu Thương Nhau

Đức Chúa Trời phán cùng chúng ta rằng việc con cái Ngài yêu thương nhau là lẽ tự nhiên (1 Giăng 4:11). Ngoài ra, Ngài còn bảo chúng ta hãy yêu thương kẻ thù nghịch mình (Ma-thi-ơ 5:44), ghét bỏ anh em mình thay vì yêu thương là bất tuân lời Chúa và ấy là tội lỗi.

Vì Đức Chúa Giê-su Christ đã bày tỏ tình yêu thương qua thập hình vì nhân loại, là những kẻ bị giam cầm trong tội lỗi và sự ác. Thật là điều phải lẽ để chúng ta yêu thương cha mẹ, anh em, và con cái. Song, trước mặt Đức Chúa Trời nếu chúng ta che giấu những cảm xúc nhỏ mọn như thù ghét và không sẵn lòng tha thứ nhau, thì ấy là tội trọng. Đức Chúa Trời chẳng hề truyền cho chúng ta phải bày tỏ loại tình yêu mà Đức Chúa Giê-su đã chết trên thập tự để cứu chuộc nhân loại ra khỏi tội lỗi; Ngài chỉ khuyên bảo chúng ta hãy đổi thù hận thành tha thứ cho nhau. Vậy, tại sao điều nầy lại quá khó?

Đức Chúa Trời cho chúng ta biết rằng hễ ai ghét anh em mình là kẻ "giết người" (1 Giăng 3:15), và nếu mỗi người trong chúng ta không hết lòng tha lỗi cho anh em mình, thì Cha ở trên trời cũng sẽ xử với chúng ta như vậy (Ma-thi-ơ 18:35), và khuyên giục chúng ta hãy nuôi dưỡng tình yêu thương và lánh xa sự cầu nhầu chống lại anh em mình để tránh khỏi sự đoán phạt (Gia-cơ 5:9).

Vì Đức Thánh Linh ngự trong mỗi chúng ta, bởi tình yêu thương của Đức Chúa Giê-su Christ Đấng đã chịu thập hình để cứu chuộc chúng ta khỏi tội trong quá khứ, hiện tại và tương lai, chúng ta có thể yêu thương hết thảy mọi người khi chúng ta ăn năn trước Ngài, xoay khỏi đường lối mình, và được Ngài tha thứ. Dẫu vậy, đối với những con người ở đời nầy là những kẻ chẳng tin Đức Chúa Giê-su Christ, chẳng có sự tha thứ nào dành cho họ ngay cả khi họ nên ăn năn, họ cũng chẳng thể chia sẻ tình yêu chân thật cho nhau nếu không có sự soi dẫn của Đức Thánh Linh.

Cho dù chúng ta bị anh em mình ghét bỏ, nếu chúng ta có tấm lòng hợp với lẽ thật, thấu hiểu và tha thứ cho anh em, bởi tình yêu thương mà cầu nguyện cho người, hầu cho chính mình không trở thành kẻ có tội. Nếu chúng ta ghét anh em mình thay vì yêu thương, chúng ta sẽ phạm tội trước mặt Đức Chúa Trời, làm mất sự đầy trọn của Đức Thánh Linh, trở nên bất hạnh và ngu dại mà than thở suốt ngày. Thế thì đừng nghĩ gì đến việc mong đợi Chúa sẽ nhậm lời cầu nguyện của chúng ta.

Chỉ bởi sự vùa giúp của Đức Thánh Linh chúng ta mới có thể yêu thương, hiểu biết, tha thứ anh em mình, và nhận lãnh bất kỳ điều gì mình cầu xin Chúa trong sự cầu nguyện.

3. Phá Đổ Bức Tường Tội Lỗi Không Vâng Giữ Các Điều Răn của Đức Chúa Trời

Trong Giăng 14:21, Đức Chúa Giê-su phán cùng chúng ta rằng, *"Ai có các điều răn của ta và vâng giữ lấy, ấy là kẻ yêu mến ta; người nào yêu mến ta sẽ được Cha ta yêu mến lại, ta cũng sẽ yêu người, và tỏ cho người biết ta."* Vì lý do nầy, 1 Giăng 3:21 cho chúng ta biết rằng, *"Hỡi kẻ rất yêu dấu, ví bằng* lòng mình không cáo trách, thì chúng ta có lòng rất dạn dĩ, đặng đến gần Đức Chúa Trời." Nói cách khác, nếu có bức tường tội lỗi đã được dựng nên bởi sự không vâng giữ các điều của Đức Chúa Trời, Ngài sẽ không nhậm lời cầu nguyện của chúng ta. Chỉ khi con cái Đức Chúa Trời làm theo sự răn bảo của Cha mình và làm những sự đẹp ý Ngài thì họ có thể cầu xin Ngài bất kỳ sự gì mình ao ước với lòng dạn dĩ và nhận được những sự đó.

1 Giăng 3:24 nhắc nhở chúng ta rằng, *"Ai vâng giữ các điều răn Ngài, thì ở trong Đức Chúa Trời, và Đức Chúa Trời ở trong người ấy; chúng ta biết Ngài ở trong lòng chúng ta, là nhờ Đức Thánh Linh mà Ngài đã ban cho chúng ta."* Điều nầy nhấn mạnh rằng chỉ khi lòng người ta được đổ đầy lẽ thật nhờ việc người ấy dâng lên Chúa với trọn cả tấm lòng mình và sống bởi sự soi dẫn của Đức Thánh Linh, thì người ấy có thể nhận được mọi thứ mình cầu xin và đời sống anh ta được thành công mọi bề.

Ví dụ, nếu lòng của một người nào đó có một trăm chỗ và anh ta dâng hết những chỗ đó lên cho Chúa, thì linh hồn anh ta sẽ được sung mãn và sẽ được chúc phước để được thịnh vượng mọi bề. Song, nếu cũng chính con người đó chỉ dâng lên Chúa năm mươi phần trăm trong số các chỗ trong lòng mình, và tùy ý sử dụng năm mươi chỗ còn lại, anh ta sẽ chẳng thể được Chúa nhậm lời luôn vì anh ta chỉ được Đức Thánh Linh soi dẫn khi nào anh ta sử dụng năm mươi phần trăm dâng cho Chúa, ngược lại anh ta chẳng nhận được gì khi dùng năm mươi phần trăm kia để cầu xin Chúa theo dục vọng của mình. Vì Chúa là Đấng ngự trong mỗi chúng ta, cho dù trước mặt chúng ta có trở ngại nào, Ngài sẽ thêm sức cho chúng ta để chúng ta có thể đi vòng hay vượt qua nó. Dẫu chúng ta đi qua thung lũng bóng tối, Ngài sẽ ban cho chúng ta con đường để tránh khỏi, Ngài lấy mọi sự hiệp lại làm ích lợi cho chúng ta, và dẫn chúng ta đến con đường thịnh vượng.

Khi chúng ta làm đẹp lòng Đức Chúa Trời bằng cách vâng giữ các điều răn Ngài, ở trong Ngài và Ngài ở trong chúng ta, khiến chúng ta có thể dâng vinh hiển lên Ngài khi nhận lãnh được mọi thứ mình cầu xin trong sự cầu nguyện. Chúng ta hãy phá bỏ bức tường tội lỗi không vâng giữ các điều răn Đức Chúa Trời, bắt đầu làm theo các điều ấy, trở nên dạn dĩ trước mặt Ngài, và dâng vinh hiển lên Đức Chúa Trời bởi việc nhận lãnh mọi sự mình cầu xin.

4. Phá Đổ Bức Tường Tội Lỗi về Sự Cầu Nguyện để Thỏa Mãn Dục Vọng Xác Thịt

Đức Chúa Trời bảo chúng ta hãy làm mọi sự vì sự vinh hiển Ngài (1 Cô-rinh-tô 10:31). Nếu chúng ta cầu xin bất kỳ sự gì mà không vì sự vinh hiển của Ngài, ấy là chúng ta tìm kiếm để làm thỏa mãn dục vọng mình, những nhu cầu như vậy không thể nào được Chúa đáp lời (Gia-cơ 4:3).

Một mặt, nếu chúng tìm kiếm phước hạnh về vật chất vì nước Đức Chúa Trời và sự công chính Ngài, sự cứu tế đối người nghèo, nỗ lực đối với sự cứu rỗi linh hồn, chúng ta sẽ được Ngài đáp lời vì thật ra chúng ta đang tìm kiếm sự vinh hiển của Ngài. Mặt khác, nếu chúng ta tìm kiếm phước hạnh vật chất với hy vọng để khoe với người anh em nào đó đã quở trách mình mà rằng, "Làm thế nào mà nghèo như vậy trong khi anh là người của hột thánh cơ mà? Như vậy, thật ra chúng ta đang cầu nguyện bởi sự sai trái nhằm thỏa mãn những thèm khát của mình, nên sẽ chẳng có sự đáp lời cho sự cầu nguyện như vậy. Thậm chí trong đời nầy, những người làm cha mẹ thật lòng yêu con cái mình sẽ chẳng bao giờ cho chúng một số tiền lớn như 100$ (2 triệu đồng) để phung phí vào một trò tiêu khiển. Cũng vậy, Đức Chúa Trời chẳng muốn con cái Ngài sa vào con đường lầm lạc, vì lẽ đó Ngài chẳng đáp lời mọi đòi hỏi mà con cái mình nêu ra.

1 Giăng 5:14-15 cho chúng ta biết rằng, *"Nầy là điều chúng ta dạn dĩ ở trước mặt Chúa, nếu chúng ta theo ý muốn Ngài mà cầu xin việc gì, thì Ngài nghe chúng ta. Nếu chúng ta biết không cứ mình xin điều gì, Ngài cũng nghe chúng ta, thì chúng ta biết mình đã nhận lãnh điều mình xin Ngài."* Chỉ khi chúng ta loại bỏ sự thèm khát bởi tư dục mình mà cầu nguyện theo ý muốn Đức Chúa Trời và vì sự vinh hiển Ngài, bấy giờ chúng ta sẽ nhận lãnh mọi sự mình cầu xin trong sự cầu nguyện.

5. Phá Đổ Bức Tường Tội Lỗi về Sự Nghi Ngờ trong Sự Cầu Nguyện

Vì Đức Chúa Trời lấy làm đẹp lòng khi chúng ta bày tỏ đức tin mình với Ngài, nếu không có đức tin thì chẳng thể ở cho đẹp ý Đức Chúa Trời (Hê-bơ-rơ 11:6). Ngay trong Kinh Thánh chúng ta có thể thấy rất nhiều trường hợp mà sự đáp lời của Đức Chúa Trời tìm đến với những ai bày tỏ đức tin mình với Ngài (Ma-thi-ơ 20:29-34; Mác 5:22-43, 9:17-27, 10:46-52). Khi người ta không bày tỏ được đức tin mình nơi Chúa, họ bị quở là những kẻ "ít đức tin" cho dù họ là các môn đệ của Chúa Giê-su (Ma-thi-ơ 8:23-27). Khi người ta bày tỏ với Đức Chúa Trời về đức tin lớn của mình nơi Ngài, thì ngay cả Người Ngoại cũng được tán dương (Ma-thi-ơ 15:28).

Đức Chúa Trời quở trách những kẻ chẳng tin mà còn có ý nghi ngờ (Mác 9:16-29), và bảo rằng nếu đương khi cầu nguyện mà che giấu dù là một chút nghi ngờ thì đừng nghĩ gì đến việc nhận lãnh bất kỳ điều gì từ Chúa (Gia-cơ 1:6-7). Nói cách khác, cho dù chúng ta có kiêng ăn và cầu nguyện thâu đêm, nếu trong sự cầu nguyện của chúng ta có chứa nghi ngờ, thì chúng ta chớ nên mong đợi sẽ được Chúa nhậm lời.

Hơn nữa, Đức Chúa Trời nhắc nhở chúng ta rằng, *"Quả thật, ta nói cùng các ngươi, ai sẽ biểu hòn núi nầy rằng: Phải cất mình lên, và quăng xuống biển, nếu người chẳng nghi ngại trong lòng, thì điều đó sẽ thành cho. Bởi vậy ta nói cùng các ngươi: Mọi điều các ngươi xin trong lúc cầu nguyện, hãy tin đã được, tất điều đó sẽ ban cho các ngươi"* (Mác 11:23-24).

Vì *"Đức Chúa Trời chẳng phải là người để nói dối, cũng chẳng phải con loài người đặng hối cải. Điều Ngài đã nói, Ngài há chẳng làm ư? Điều Ngài đã phán, ngài há sẽ chẳng làm ứng nghiệm sao?"* (Dân Số Ký 23:19), Thật vậy, theo như đã hứa, Đức Chúa Trời sẽ đáp lời sự cầu nguyện của hết thảy những kẻ tin và cầu xin vì sự vinh hiển Ngài. Những người yêu mến Đức Chúa Trời và có đức tin đều có sự ràng buộc để tin và tìm kiếm sự vinh hiển của Đức Chúa Trời và ấy là tại sao Ngài bảo họ hãy cầu xin bất kỳ điều gì họ muốn. Khi họ tin, cầu xin, và nhận lãnh sự đáp lời cho những gì họ cầu xin, những người nầy có thể dâng vinh hiển lên cho Đức Chúa Trời. Chúng ta hãy giữ sạch mình khỏi sự nghi ngờ song chỉ biết tin, cầu xin, và nhận lãnh từ Chúa hầu cho chúng ta có thể dâng vinh hiển lên cho Ngài với sự thỏa lòng của mình.

6. Phá Đổ Bức Tường Tội Lỗi về Sự Chẳng Gieo Ra Trước Mặt Đức Chúa Trời

Là Đấng Chủ Tể mọi sự trong vũ trụ, Đức Chúa Trời đã lập nên thánh luật và là một Quan Án công bình Ngài dẫn dắt mọi sự trong một khuôn mẫu có trật tự.

Vua Đa-ri-út không thể cứu đầy tớ yêu quí của mình là Đa-ni-ên ra khỏi hang sư tử vì người không thể không làm theo sắc lệnh do chính mình ban ra, cho dù người là vua. Tương tự như vậy, vì Đức Chúa Trời không thể không làm theo thánh luật do chính Ngài lập nên, mọi vật trong trời đất nầy đều được vận hành một cách có hệ thống dưới sự giám sát của Ngài. Vì thế, "Đức Chúa Trời không chịu khinh dể đâu", Ngài khiến cho người ta gặt lấy những gì mình gieo (Ga-la-ti 6:7). Nếu gieo ra sự cầu nguyện, người ta sẽ gặt lấy phước hạnh thiêng liêng; nếu gieo ra bằng chính thời giờ của mình, người ta sẽ được phước về sức khỏe; nếu gieo ra sự dâng hiến, Đức Chúa Trời sẽ gìn giữ người khỏi những khó khăn về công việc làm ăn, gia đình, và thậm chí ban phước bội phần hơn về tài vật.

Khi chúng ta gieo ra trước mặt Đức Chúa Trời bằng nhiều cách khác nhau, Ngài sẽ đáp lời sự cầu nguyện của chúng ta và ban cho chúng ta những gì mình cầu xin. Bằng cách sốt sắng gieo ra trước mặt Đức Chúa Trời, để chúng ta không những sanh lắm trái mà còn nhận lãnh được mọi sự mình cầu xin Ngài trong sự cầu nguyện.

Bên cạnh sáu bức tường tội lỗi để cập trên, "tội lỗi" bao gồm những điều như sự thèm khát, công việc của xác thịt ấy là sự bất chính, ganh ghét, thịnh nộ, tức giận, kiêu ngạo, không tranh chiến chống lại tội lỗi cho đến đổ huyết, và không có lòng sốt sắng vì nước Đức Chúa Trời. Nhờ việc học và hiểu biết tính đa dạng của những yếu tố tạo nên bức tường ngăn cách giữa chúng ta với Đức Chúa Trời, chúng ta hãy phá bỏ bức tường tội lỗi ấy để luôn nhận lãnh được sự đáp lời của Đức Chúa Trời, nhờ đó dâng vinh hiển lên cho Ngài. Hết thảy chúng ta hãy trở nên những tín hữu vui hưởng sức khỏe tốt cùng với mọi sự tốt đẹp cũng như linh hồn được sung mãn.

Dựa vào lời Chúa được tìm thấy trong trong Ê-sai 59:1-2, chúng ta đã xem xét một số yếu tố tạo thành bức tường ngăn cách chúng ta với Đức Chúa Trời. Nguyện mỗi chúng ta trở nên con cái phước hạnh của Đức Chúa Trời là những kẻ trước hết hiểu biết về bản chất của bức tường nầy, vui hưởng sức khỏe tốt và thành công trong mọi sự và linh hồn thịnh vượng, để dâng vinh hiển lên Cha Thánh bởi việc nhận lãnh mọi sự mình cầu xin trong sự cầu nguyện, trong danh Đức Chúa Giê-su Christ, tôi dâng lời cầu nguyện!

Chương 5

Chúng Ta Gặt Những Gì Mình Gieo

Hãy biết điều đó,
hễ ai gieo ít thì gặt ít, ai gieo nhiều thì gặt nhiều.
Mỗi người tùy theo lòng mình đã định mà quyên ra,
không phải phàn nàn hay là vì ép uổng;
vì Đức Chúa Trời yêu kẻ dâng của cách vui lòng.

2 Cô-rinh-tô 9:6-7

Mỗi mùa thu, chúng ta có thể nhìn thấy lúa chín trên đồng tạo nên những gợn sóng vàng vô tận. Để những cây lúa nầy được thu hoạch, chúng ta biết rằng đã có những công việc vất vả và những hy sinh của người nông dân từ khi gieo hột cho đến việc chăm bón đồng ruộng để nuôi dưỡng những cây lúa suốt cả mùa xuân và mùa hạ.

Một người nông dân có nhiều ruộng và gieo nhiều giống thì phải vất vả hơn người ít ruộng và gieo ít giống. Song với hy vọng về một mùa gặt lớn, anh ta làm việc siêng năng và miệt mài hơn. Như chính qui luật của tự nhiên cho chúng ta biết rằng "Gieo gì, gặt nấy," chúng ta nên nhận biết luật lệ của Đức Chúa Trời là Đấng chủ tể của mọi sự cũng theo đúng qui luật ấy.

Trong những Cơ Đốc Nhân ngày nay, một số cứ nài xin Chúa làm thành sự khao khát của mình mà chẳng hề gieo ra, trong khi đó có một số khác thì phàn nàn về việc thiếu sự đáp lời của Ngài mặc dù họ đã cầu nguyện rất nhiều. Dẫu cho Đức Chúa Trời mong muốn ban cho con cái Ngài phước hạnh tràn đầy và đáp lời cho mỗi một nan đề của họ, song con người thường không hiểu luật về sự gieo và gặt nên không thể nhận được những gì họ ao ước từ Đức Chúa Trời.

Dựa vào luật tự nhiên, "Gieo gì, gặt nấy," chúng ta hãy nhận biết những gì chúng ta phải gieo ra để luôn nhận được sự đáp lời của Đức Chúa Trời và dâng vinh lên cho Ngài mà chẳng giữ lại gì cho riêng mình.

1. Đồng Ruộng Trước Hết Phải Được Cày Xới

Trước khi gieo hột giống, người nông dân phải cày xới đồng ruộng mà anh ta sẽ gieo hột. Người ta nhặt đá, san bằng đất, tạo môi trường và điều kiện thuận lợi để hạt giống phát triển tốt. Tùy theo sự hy sinh và làm lụng vất vả của người nông dân, thậm chí một đám ruộng hoang cũng có thể trở nên đất màu mỡ.

Kinh Thánh ví sánh tấm lòng của mỗi người với một đám ruộng và phân chia thành bốn loại khác nhau (Ma-thi-ơ 13:3-9).

Loại thứ nhất là "ruộng bên đường."

Đất của ruộng dọc đường thường là chai cứng. Một người có tấm lòng như vậy thì dẫu có đến hội thánh, nghe giảng lời Chúa, song anh ta cũng chẳng mở lòng mình ra được. Do vậy, anh ta không thể biết Đức Chúa Trời, và tại bởi thiếu đức tin, anh ta chẳng được khai sáng.

Loại thứ hai là "ruộng đá sỏi."

Trong ruộng nầy, vì cớ đá sỏi nên mầm non không thể lớn lên cách thích hợp được. Một người có tấm lòng như vậy thường lấy lời Chúa làm tri thức cho mình cách đơn giản và đức tin họ chẳng có việc làm cặp theo. Vì thiếu sự tin chắc, nên lúc gặp thử thách và khốn đốn, anh ta sa ngã cách nhanh chóng.

Loại thứ ba là "ruộng bụi gai."

Trong loại ruộng ấy, vì cớ gai mọc lên làm cho những cây mới lên bị nghẹt ngòi, chẳng thể thu được bông trái tốt. Một người có tấm lòng như vậy tin lời Chúa và cố gắng làm theo. Song anh ta không thể làm theo ý muốn của Đức Chúa Trời mà theo sự thèm khát của xác thịt. Vì lời Chúa được gieo vào lòng anh ta khi lớn lên đã bị quấy nhiễu bởi sự cám dỗ về sự giàu có và lợi lộc hay những mối bận tâm về đời nầy, anh ta không thể kết trái được. Mặc dù cầu nguyện, nhưng anh ta không thể tin cậy vào Đức Chúa Trời "không nhìn thấy" được nên anh ta vội tập trung vào những ý tưởng và đường lối riêng của mình. Bởi vậy anh ta không thể kinh nghiệm được quyền phép của Đức Chúa Trời vì anh ta chỉ có thể đứng nhìn sự ấy từ xa.

Loại thứ tư là "đất tốt."

Một tín hữu được ví sánh với loại đất nầy luôn đáp "Amen" với lời Chúa và làm theo bởi đức tin mà chẳng hề có sự tính toán hay đem ý tưởng riêng của mình vào. Khi hột giống được gieo trên loại đất tốt nầy, thì được lớn lên khỏe mạnh và sanh trái một trăm, sáu mươi, hoặc ba mươi lần những gì được gieo ra.

Đức Chúa Giê-su chỉ đáp "Amen" và trung tín theo lời của Đức Chúa Trời (Phi-líp 2:5-8). Giống như vậy, đối với người có tấm lòng thuộc "đất tốt" thì giữ lòng trung tín một cách vô điều kiện với lời Chúa và làm theo lời ấy. Nếu Lời Chúa bảo anh ta hãy vui mừng luôn, thì người ấy sẽ vui mừng trong bất kỳ hoàn cảnh nào. Nếu lời Chúa bảo anh ta hãy cầu nguyện luôn, thì người cầu nguyện không dứt. Người có tấm lòng thuộc loại "đất tốt" có thể thông giao với Đức Chúa Trời luôn, nhận lãnh mọi sự mình cầu xin trong sự cầu nguyện và sống theo ý muốn của Ngài.

Hiện tại không kể chúng ta có tấm lòng thuộc loại đất nào, chúng ta luôn có thể biến đổi đất ấy thành loại đất tốt. Chúng ta có thể cày xới mảnh đất đá sỏi và nhặt đá đi, loại bỏ gai gốc, và chăm bón cho trở nên màu mỡ bất kỳ loại ruộng nào.

Làm thế nào để chúng ta có thể nuôi dưỡng tấm lòng chúng ta thành loại "đất tốt"?

Trước hết, chúng ta phải thờ phượng Đức Chúa Trời bằng tâm thần và lẽ thật.

Chúng ta phải toàn tâm, toàn ý dâng lên Đức Chúa Trời sự cống hiến, sức lực, và bởi tình yêu thương mà dâng tấm lòng mình cho Ngài. Chỉ khi đó chúng ta mới được gìn giữ khỏi những ý tưởng vu vơ, mệt mỏi, uể oải để có thể biến đổi tấm lòng chúng ta trở nên đất tốt bởi quyền phép đến từ nơi cao.

Thứ hai, chúng ta phải loại bỏ tội lỗi mình cho đến mức đổ huyết.

Khi chúng ta hoàn toàn làm theo lời Chúa, bao gồm hết thảy các điều răn như "Hãy làm điều nầy" và "Chớ làm điều kia", và sống bởi các điều răn ấy, lòng chúng ta dần dần sẽ biến đổi thành đất tốt. Ví dụ, khi ganh ghét, đố kỵ, thù hận và những điều tương tự sẽ lộ ra, chỉ bởi sự cầu nguyện tha thiết thì lòng chúng ta mới có thể trở nên đất tốt.

Chừng nào chúng ta tra xét mảnh đất lòng mình và siêng năng nuôi dưỡng nó, đức tin chúng ta sẽ lớn lên càng hơn và bởi tình yêu Đức Chúa Trời, mọi công việc của chúng ta đều thịnh vượng. Chúng ta phải sốt sắng chăm nom mảnh đất lòng mình vì chúng ta càng làm theo lời Chúa, đức tin thuộc linh của chúng ta càng thêm lớn lên. Đức tin thuộc linh của chúng ta càng trưởng thành, chúng ta càng có thêm "đất tốt." Vì vậy chúng ta phải càng thêm siêng năng tu dưỡng lòng mình.

2. Phải Gieo Ra Nhiều Hột Giống Khác Nhau

Một khi đất đã được cày xới, người nông dân bắt đầu gieo hột. Giống như chúng ta ăn nhiều thứ thức ăn vào bụng để cân bằng và duy trì sức khỏe mình, người nông dân cũng gieo trồng nhiều hột giống như lúa, lúa mì, rau, đậu, và những thứ tương tự.

Trong việc gieo ra trước mặt Đức Chúa Trời, chúng ta phải gieo ra nhiều thứ khác nhau. "Gieo", về ý nghĩa thuộc linh, nói đến sự vâng phục, trong các điều răn của Đức Chúa Trời, những gì Ngài bảo chúng ta "Hãy làm." Ví dụ, Đức Chúa Trời bảo chúng ta hãy vui mừng luôn, chúng ta có thể đem sự vui mừng mà gieo ra là những thứ bắt nguồn từ hy vọng của chúng ta về thiên đàng, và bởi sự vui mừng nầy Đức Chúa Trời cũng lấy làm vui mừng mà ban cho chúng ta điều mà lòng mình ta ao ước (Thi Thiên 37:4). Nếu Ngài bảo chúng ta "Hãy rao giảng phúc âm," chúng ta phải sốt sắng rao giảng lời Đức Chúa Trời. Nếu Ngài bảo chúng ta, "Hãy yêu thương nhau," "Hãy trung tín," "Hãy cảm tạ," và "Hãy cầu nguyện," chúng ta hãy sốt sắng làm theo một cách chính xác những gì Ngài đã bảo chúng ta làm.

Ngoài ra, vì làm theo lời Đức Chúa Trời như dâng phần mười và giữ Ngày Thánh là việc làm của sự gieo ra trước mặt Ngài, những gì chúng ta gieo ra có thể đâm chồi, lớn khỏe, đơm hoa, và sanh lắm trái.

Nếu chúng ta gieo ít, miễn cưỡng, hay dưới sự ép uổng, Đức Chúa Trời sẽ chẳng chấp nhận nổ lực ấy của chúng ta. Cũng giống như người nông dân gieo hột với hy vọng về một vụ mùa tốt vào mùa thu, bởi đức tin chúng ta cũng phải tin cậy và tập chú vào Đức Chúa Trời là Đấng ban phước cho chúng ta trăm lần, sáu nươi lần, ba mươi lần hơn những gì mình gieo ra.

Hê-bơ-rơ 11:6 cho chúng ta biết rằng, *"Vả, không có đức tin, thì chẳng hề có thể nào ở cho đẹp ý Ngài; vì kẻ đến gần Đức Chúa Trời phải tin rằng có Đức Chúa Trời, vì Ngài là Đấng hay thưởng cho kẻ tìm kiếm Ngài."* Đặt lòng tin cậy của chúng ta vào lời Ngài, khi chúng ta chăm xem đến Đức Chúa Trời là Đấng ban thưởng cho những kẻ gieo ra trước mặt Ngài, chúng ta có thể gặt hái rất nhiều ngay trong đời nầy và để dành phần thưởng của chúng ta trong nước thiên đàng.

3. Đám Ruộng Phải Được Chăm Sóc trong Sự Bền Đỗ và Hy Sinh

Sau khi gieo hột, người nông dân chăm sóc đám ruộng ấy với sự quan tâm tối đa. Người tưới nước cho cây non, nhổ cỏ, và bắt những sâu bọ. Nếu không có những nổ lực kiên trì nầy, thì cây non có thể mọc lên nhưng khô héo rồi chết đi trước khi sanh trái.

Về ý nghĩa thuộc linh, "nước" tượng trưng cho lời Đức Chúa Trời. Như Chúa Giê-su phán cùng chúng ta trong Giăng 4:14, *"Nhưng hễ ai uống nước ta sẽ cho, thì chẳng hề khát nữa. Nước ta cho sẽ thành một mạch nước trong người đó, văng ra cho đến sự sống đời đời,"* "nước" tượng trưng cho sự sống đời đời và lẽ thật. "Bắt sâu bọ" tượng cho việc giữ gìn lời Chúa đã được gieo vào lòng chúng ta khỏi sự xâm hại của kẻ thù ma quỉ. Qua thờ phượng, ngợi khen, và cầu nguyện, sự đầy trọn trong lòng chúng ta có thể được duy trì cho dù kẻ thù ma quỉ có đến quấy rầy công việc đồng áng của chúng ta.

"Nhổ cỏ trong ruộng" là tiến trình mà chúng ta loại bỏ những điều giả dối như giận dữ, thù hận, và những thứ tương tự. Khi chúng ta chăm chỉ cầu nguyện và cố gắng quăng xa giận dữ, thù hận bị nhổ bật rễ khi hột giống nhu mì đâm chồi nẩy lộc, và thù hận bị nhổ bật rễ khi hột giống yêu thương đâm chồi nẩy lộc. Khi những điều giả dối đã bị nhổ đi và kẻ thù ma quỉ quấy rầy đã bị thua cuộc, chúng ta có thể lớn lên như những con cái thật của Ngài.

Một yếu tố quan trọng trong việc chăm sóc ruộng đồng sau khi đã gieo hột là chờ đợi thời vụ trong sự bền đỗ. Nếu người nông dân vội đào đất lên sau khi gieo hột để xem cho biết hột giống mà mình đã gieo có thể sinh sôi nẩy nở được không, hột giống rất dễ bị thối đi. Cho đến mùa thu hoạch, đòi hỏi phải có sự kiên trì và hy sinh lớn.

Thời gian cần thiết để sanh trái đối với từng loại hột giống là khác nhau. Trong khi dưa leo và dưa hấu có thể sanh trái trong thời gian chưa đầy một năm, táo và lê thì cần đến vài năm. Niềm vui của người nông dân trồng nhân sâm có sẽ vượt xa niềm vui của người nông dân trồng dưa hấu hay dưa leo, vì giá trị của nhân sâm là thứ đã được trồng trong mấy năm trường không thể so sánh với giá trị của dưa leo hay dưa hấu, là những thứ chỉ được trồng trong một thời gian ngắn.

Tương tự như vậy, khi chúng ta gieo ra trước mặt Đức Chúa Trời theo lời Ngài, đôi khi chúng ta có thể nhận được sự đáp lời của Ngài ngay và gặt hái được thành quả, song những lúc khác, có thể đòi hỏi nhiều thời gian hơn. Như Ga-la-ti 6:9 nhắc nhở chúng ta rằng, *"Chớ mệt nhọc về sự làm lành, vì nếu chúng ta không trễ nải, thì đến kỳ chúng ta sẽ gặt,"* cho đến kỳ gặt, chúng ta phải chăm sóc ruộng đồng trong sự kiên trì và hy sinh.

4. Chúng Ta Gặt Những Gì Mình Gieo

Trong Giăng 12:24 Chúa Giê-su phán cùng chúng ta rằng, *"Quả thật, quả thật, ta nói cùng các ngươi, nếu hột giống lúa mì kia, chẳng chết sau khi gieo xuống đất, thì cứ ở một mình; nhưng nếu chết đi, thì kết quả được nhiều."* Theo phép tắc của Ngài, Đức Chúa Trời của sự công chính đã sai Con một của Ngài đến thế gian làm của lễ chuộc tội cho nhân loại và để cho Ngài trở nên hạt giống lúa mì, rơi xuống, và chết đi. Qua sự chết của Ngài, Đức Chúa Giê-su đã sanh rất nhiều trái.

Thánh luật cũng giống như luật tự nhiên là điều đã nói rằng,

"Gieo gì, gặt nấy" thánh luật của Đức Chúa Trời là điều không thể phạm đến. Ga-la-ti 6:7-8 cho chúng ta biết một cách rõ ràng, *"Chớ hề dối mình; Đức Chúa Trời không chịu khinh dể đâu; vì ai gieo giống chi, lại gặt giống ấy. Kẻ gieo cho xác thịt, sẽ bởi xác thịt mà gặt sự hư nát; song kẻ gieo cho Thánh Linh, sẽ bởi Thánh Linh mà gặt sự sống đời đời."*

Khi người nông dân gieo giống vào ruộng mình, tùy theo loại hột, anh ta có thể thu hoạch một số vụ mùa sớm hơn những thứ khác, và liên tục gieo hột sau khi gặt. Người nông dân càng gieo và siêng năng chăm sóc ruộng mình, thì vụ mùa anh ta thu được càng lớn. Đồng thể ấy, ngay trong mối quan hệ của chúng ta với Đức Chúa Trời, chúng ta cũng gặt những gì mình gieo.

Nếu gieo sự cầu nguyện và ngợi khen, bởi quyền phép từ nơi cao chúng ta có thể làm theo lời Đức Chúa Trời và linh hồn chúng ta được thịnh vượng. Nếu trung tín với công việc của nước Đức Chúa Trời, mọi bệnh tật đều lìa khỏi chúng ta khi chúng ta được ban phước về vật chất cũng như tâm thần. Nếu sốt sắng gieo ra tài vật của mình, phần mười, và các của dâng tạ ơn khác, Ngài sẽ ban cho chúng ta nhiều của cải hơn để sử dụng cho công việc mở mang vương quốc và sự công chính Ngài.

Chúa chúng ta, Đấng ban thưởng cho mỗi người tùy theo công việc họ làm, phán cùng chúng ta trong Giăng 5:29, *"Ai đã làm lành thì sống lại để được sống, ai đã làm dữ thì sống lại để bị xét đoán."* Do vậy, chúng ta phải sống bởi Đức Thánh Linh và làm việc thiện lành trong đời sống mình.

Nếu người ta gieo không phải bởi Đức Thánh Linh mà là vì những tham vọng của mình, người ta chỉ có thể gặt những thứ thuộc về đời nầy là thứ sẽ qua đi. Nếu chúng ta lường và đoán xét người khác, chúng ta cũng sẽ bị lường và đoán xét như vậy theo như lời Chúa có phán rằng *"Các ngươi đừng đoán xét ai, để mình khỏi bị đoán xét. Vì các ngươi đoán xét người ta thể nào, thì họ cũng đoán xét lại thể ấy; các ngươi lường cho người ta mực nào, thì họ cũng lường lại cho mực ấy"* (Ma-thi-ơ 7:1-2).

Đức Chúa Trời đã tha hết mọi tội mà chúng ta đã phạm trước khi tin nhận Chúa Giê-su Christ. Song nếu chúng ta phạm tội sau khi đã biết lẽ thật về tội lỗi, cho dù chúng ta được tha bởi sự ăn năn, song chúng ta vẫn phải chịu quả báo.

Nếu gieo tội ác, theo thánh luật, chúng ta sẽ gặt lấy trái của tội lỗi, phải đối diện với thử thách và khốn khổ.

Khi Đa-vít là kẻ được Chúa yêu quí phạm tội, Ngài phán cùng người rằng, *"Cớ sao ngươi đã khinh bỉ lời của Đức Giê-hô-va, mà làm điều không đẹp lòng Ngài?"* và *"Ta sẽ khiến từ nhà ngươi nổi lên những tai họa giáng trên ngươi"* (2 Sa-mu-ên 12:9; 11). Trong khi Đa-vít được tha tội khi người ăn năn, "Con đã phạm tội trước mặt Chúa," song chúng ta cũng biết rằng Đức Chúa Trời đã đánh vào đứa con sanh ra giữa vợ U-ri và Đa-vít (2 Sa-mu-ên 12:13-15).

Chúng ta hãy sống bởi lẽ thật và làm việc thiện, biết rằng trong mọi sự chúng ta đều gặt những gì mình gieo, gieo ra bởi Thánh Linh, sẽ nhận lấy sự sống đời đời từ Đức Thánh Linh, và luôn được Đức Chúa Trời ban phước dư dật.

Trong Kinh Thánh có rất nhiều người làm đẹp ý Đức Chúa Trời và sau đó đã được Ngài ban phước cho cách dư dật. Vì người đàn ở Su-men đã luôn hết lòng tôn kính và nhã nhặn mà đối đãi Ê-li-sê, người của Đức Chúa Trời, hễ khi nào đi ngang qua đó thì người ở lại nhà bà. Sau khi bàn với chồng mình về việc chuẩn bị một phòng khách cho Ê-li-sê, bà đã để tại đó một cái giường, một cái bàn; một cái ghế, và một cây đèn rồi mời Ê-li-sê đến ở tại nhà mình (2 Các Vua 4:8-10).

Ê-li-sê rất cảm động trước sự thành tâm của người đàn bà ấy. Khi người biết rằng chồng của bà đã già mà chưa sanh con, và biết được rằng điều bà mong muốn là có một đứa con, Ê-li-sê đã cầu xin Đức Chúa Trời ban phước để người đàn bà nầy được sanh con, và sau một năm Ngài đã ban cho bà một con trai (2 Các Vua 4:11-17).

Như Đức Chúa Trời hứa cùng chúng ta trong Thi Thiên 37:4, *"Cũng hãy khoái lạc nơi Đức Giê-hô-va, thì Ngài sẽ ban cho ngươi điều lòng mình ao ước,"* người đàn bà ở Su-men đã được ban cho điều mà lòng bà ao ước khi người đem lòng thành tâm và tận tụy mà đối đãi tôi tớ Đức Chúa Trời (2 Các Vua 4:8-17).

Sách Công Vụ 9:36-40 có ghi lại câu chuyện về người đàn bà tên là Ta-bi-tha ở Giốp-bê, người làm nhiều việc lành và bố thí. Khi người bị đau và chết, các môn đệ đã đem tin nầy thuật lại cho Phi-e-rơ. Khi đến nơi, hết thảy các đàn bà góa đều đến cùng người và cho Phi-e-rơ thấy bao nhiêu là quần áo mà khi Ta-bi-tha khi còn sống đã may cho họ, rồi cầu xin Phi-e-rơ hãy khiến bà sống lại. Phi-e-rơ rất cảm động trước những việc làm của người và tha thiết cầu nguyện cùng Đức Chúa Trời. Khi Phi-e-rơ bảo, "Hỡi Ta-bi-tha, hãy chờ dậy," người bèn mở mắt và đứng dậy. Vì Ta-bi-tha đã gieo ra trước mặt Đức Chúa Trời bằng công việc thiện và giúp đỡ người nghèo, bà đã được ban cho ơn phước gia thêm sự sống mình.

Mác 12:44 có chép về một người đàn bà góa nghèo đã dâng lên cho Đức Chúa Trời hết những gì mình có. Đức Chúa Giê-su nhìn đám đông những người dâng hiến tại đền thờ, nói cùng các môn đệ Ngài rằng, *"Vì mọi kẻ khác lấy của dư mình bỏ vào, còn mụ nầy nghèo cực lắm, đã bỏ hết của mình có, là hết của có để nuôi mình"* và tán dương bà. Thật dễ nhận biết rằng người đàn bà nầy về sau sẽ được ban phước cho rất nhiều.

Theo thánh luật, Đức Chúa Trời của sự công chính cho phép chúng ta gặt những gì mình đã gieo và ban thưởng cho mỗi người tùy theo việc họ làm. Vì Đức Chúa Trời đối đãi với mỗi người tùy theo đức tin họ, tùy theo việc họ tin và làm theo lời Ngài, chúng ta nên hiểu rằng chúng ta có thể nhận lãnh được mọi sự mình cầu xin trong sự cầu nguyện. Với sự ghi nhớ nầy, xin mỗi một chúng ta hãy tra xét lòng mình, siêng năng tu dưỡng để biến nó thành đất tốt, gieo nhiều giống, chăm sóc chúng với lòng bền đỗ và hy sinh, để sanh nhiều trái, trong danh Cứu Chúa Giê-su Christ của chúng ta, tôi dâng lời cầu nguyện!

Chương 6

Ê-li Được Đức Chúa Trời Đáp Lời Bằng Lửa

Đoạn Ê-li nói cùng A-háp rằng:
Hãy đi lên, ăn và uống, vì tôi đã nghe tiếng mưa lớn.
Vậy, A-háp trở lên đặng ăn uống.
Nhưng Ê-li leo lên chót núi Cạt-mên,
cúi xuống đất và úp mặt mình giữa hai đầu gối.
Đoạn, người nói với kẻ tôi-tớ mình rằng:
Xin hãy đi lên, ngó về phía biển.
Kẻ tôi-tớ đi lên xem, nhưng nói rằng: Không có chi hết.
Ê-li lại nói: Hãy trở lên bảy lần. Lần thứ bảy, kẻ tôi-tớ đáp rằng:
Tôi thấy ở phía biển lên một cụm mây nhỏ như lòng bàn tay.
Ê-li bèn tiếp: Hãy đi nói với A-háp rằng:
Hãy thắng xe và đi xuống, kẻo mưa cầm vua lại chăng.
Trong một lúc, trời bị mây che đen, gió nổi dậy,
và có cơn mưa rất lớn. A-háp bèn lên xe mình,
đi đến Gít-rê-ên.

---

1 Các Vua 18:41-45

Ê-li, tôi tớ đầy quyền năng của Đức Chúa Trời đã có thể làm chứng về Đức Chúa Trời hằng sống và khiến cho dân sự Y-sơ-ra-ên là những kẻ thờ lạy thần tượng phải ăn năn tội lỗi mình bởi sự đáp lời bằng lửa mà người đã cầu xin và nhận được. Ngoài ra, khi trời không có mưa trong ba năm rưỡi vì cơn giận của Đức Chúa Trời giáng trên dân sự Y-sơ-ra-ên, Chính Ê-li là người đã thực hiện phép lạ để chấm dứt cơn hạn hán và đã khiến một cơn mưa lớn xảy đến.

Nếu tin Đức Chúa Trời hằng sống, thì chúng ta cũng phải nhận được sự đáp lời bằng lửa giống như Ê-li để làm chứng về Ngài và tôn vinh Ngài.

Qua việc quan sát kỹ đức tin của Ê-li, là đức tin đã khiến Đức Chúa Trời đáp lời người bằng lửa và tận mắt người đã nhìn thấy điều lòng mình khao khát được làm thành, chúng ta cũng hãy trở nên những con cái phước hạnh của Đức Chúa Trời là những kẻ luôn nhận được sự đáp lời bằng lửa từ Cha.

1. Đức Tin của Ê-li, Tôi Tớ Đức Chúa Trời

Là tuyển dân của Đức Chúa Trời, dân sự Y-sơ-ra-ên phải thờ phượng chỉ mình Đức Chúa Trời, song các vua của họ đã làm việc ác trước mặt Đức Chúa Trời và thờ lạy thần tượng. Vào thời A-háp lên ngôi, dân sự Y-sơ-ra-ên đã làm nhiều việc ác và thờ lạy thần tượng đến đỉnh điểm của nó. Đến mức này, cơn thịnh nộ của Đức Chúa Trời nghịch cùng dân Y-sơ-ra-ên đã trở thành ba năm rưỡi thiên tai hạn hán. Đức Chúa Trời đã lập Ê-li làm tôi tớ Ngài để qua người mà tỏ ra công việc của Ngài.

Đức Chúa Trời phán cùng Ê-li, *"Hãy đi, ra mắt A-háp ta sẽ khiến mưa sa xuống đất"* (1 Các Vua 18:1).

Môi-se, người dẫn dắt dân Y-sơ-ra-ên ra khỏi Ê-díp-tô, lúc đầu đã chẳng làm theo Chúa khi Ngài truyền cho người đến ra mắt Pha-ra-ôn. Khi Sa-mu-ên được sai đến xức dầu cho Đa-vít, lúc đầu vị tiên tri nầy cũng chẳng nghe theo. Dẫu vậy, khi Đức Chúa Trời truyền cho Ê-li đi ra mắt A-háp, chính là vị vua đang cố tìm để giết người trong suốt ba năm, vị tiên tri này đã vâng phục Đức Chúa Trời một cách vô điều kiện và đã bày tỏ loại đức tin mà Ngài ưa thích.

Vì Ê-li đã tin và làm theo mọi sự do Đức Chúa Trời phán ra, nên qua người Đức Chúa Trời đã nhiều lần bày tỏ công việc của Ngài. Đức Chúa Trời đã đẹp lòng với đức tin vâng phục của Ê-li, yêu thương người, và thừa nhận người là tôi tớ Ngài, đồng hành với người bất kỳ nơi nào người đến, và làm vững mọi cố gắng của người. Vì Đức Chúa Trời đã chứng giám đức tin của Ê-li, người đã có thể khiến cho kẻ chết sống lại, nhận lãnh sự đáp lời bằng lửa của Đức Chúa Trời, và được cất về trời bởi một cơn gió lốc. Mặc dù chỉ có một Đức Chúa Trời là Đấng ngự trên ngai thiên đàng, Đức Chúa Trời toàn năng có thể coi ngó mọi sự trong trời đất và khiến cho công việc của Ngài được tỏ ra tại bất kỳ nơi nào có sự hiện diện của Ngài. Như chúng ta thấy trong Mác 16:20, *"Về phần các môn đồ, thì đi ra giảng đạo khắp mọi nơi, Chúa cùng làm với môn đồ, và lấy các phép lạ cặp theo lời giảng mà làm cho vững đạo,"* khi một người nào đó mà đức tin của họ được công nhận và chứng giám, thì phép lạ và sự đáp lời của chúa cho sự cầu nguyện của người được cặp theo để làm chứng về sự bày tỏ công việc của Ngài.

2. Ê-li Nhận Sự Đáp Lời Bằng Lửa của Đức Chúa Trời

Vì Ê-li có đức tin lớn và sự vâng phục của người đủ xứng đáng để được Đức Chúa Trời chứng giám và công nhận, vị tiên tri nầy đã dạn dĩ tiên báo về nạn hạn hán sắp đến tại Y-sơ-ra-ên.

Người đã công bố cùng vua A-háp rằng, *"Ta đứng trước mặt Giê-hô-va Đức Chúa Trời của Y-sơ-ra-ên hằng-sống mà thề rằng: Mấy năm về sau đây, nếu ta chẳng nói, chắc sẽ không có sương, cũng không có mưa"* (1 Các Vua 17:1).

Vì Đức Chúa Trời biết rằng A-háp sẽ gây nguy hại đến mạng sống của Ê-li vì cớ người đã nói tiên tri về sự hạn hán, Đức Chúa Trời đã bảo người hãy lánh qua khe Kê-rít, dặn người ở đó trong một thời gian, rồi sai chim quạ buổi mai và buổi chiều đem bánh và thịt đến cho người. Khi khe Kê-rít đã khô vì trong xứ không có mưa, Đức Chúa Trời đã truyền cho người đến Sa-rép-ta, tại đó Ngài đã khiến một người đàn bàn góa nuôi người.

Khi con trai của bà hóa ấy đau bệnh, mỗi ngày bệnh cứ nặng thêm, cuối cùng thì chết, Ê-li đã kêu cầu cùng Đức Chúa Trời trong sự cầu nguyện mà rằng: *"Ôi Giê-hô-va, Đức Chúa Trời tôi! Xin Chúa khiến linh hồn đứa bé nầy trở lại trong mình nó!"* (1 Các Vua 17:21).

Đức Chúa Trời nhậm lời cầu nguyện của Ê-li, cậu bé đã sống lại và được phép sống. Qua sự việc nầy, Đức Chúa Trời chứng tỏ rằng Ê-li là người của Đức Chúa Trời và lời phán của Đức Giê-hô-va ở trong miệng người là thật (1 Các Vua 17:24).

Thế hệ chúng ta ngày nay là lúc mà người ta sẽ chẳng thể nào tin Đức Chúa Trời trừ phi người ta nhìn thấy dấu kỳ và phép lạ (Giăng 4:48). Ngày nay, để làm chứng cho Đức Chúa Trời hằng sống, mỗi chúng ta phải được trang bị bởi đức tin mà Ê-li đã có và nhận lãnh trách nhiệm rao truyền phúc âm cách dạn dĩ.

Năm thứ ba kể từ khi Ê-li nói tiên tri cùng A-háp, "Mấy năm về sau đây, nếu ta chẳng nói, chắc sẽ không có sương, cũng không có mưa," Đức Chúa Trời phán cùng tiên tri của Ngài rằng, "Hãy đi, ra mắt A-háp ta sẽ khiến mưa sa xuống đất" (1 Các Vua 18:1). Lu-ca 4:25 cũng có chép rằng, *Về đời Ê-li, khi trời đóng chặt trong ba năm sáu tháng, cả xứ bị đói kém, trong dân Y-sơ-ra-ên có nhiều đàn bà góa.* Nói cách khác, ở tại Y-sơ-ra-ên đã từng có hạn hán trong ba năm rưỡi chẳng hề có mưa. Trước khi Ê-li đến cùng A-háp lần thứ hai, vua ấy đã tìm kiếm vị tiên tri trong vô vọng khắp các vùng lân cận vì cho rằng nạn hạn hán ba năm rưỡi đó là do Ê-li.

Mặc dù Ê-li sẽ có thể bị xử chết ngay lúc người đến gặp A-háp, song người đã dạn dĩ vâng lời Đức Chúa Trời. Khi Ê-li đến trước A-háp, vua hỏi người rằng, *"Có phải ngươi là kẻ làm rối loạn Y-sơ-ra-ên chăng?"* (1 Các Vua 18:17) Ê-li đáp rằng, *"Chẳng phải tôi làm rối-loạn Y-sơ-ra-ên đâu; bèn là vua và nhà cha vua, bởi vì vua đã bỏ điều răn của Đức Giê-hô-va, và* đã tin theo thần Ba-anh" (1 Các Vua 18:18). Người chẳng hề sợ hãi, đem ý chỉ của Đức Chúa Trời mà truyền lại cho vua. Ê-li đi một bước xa hơn và bảo cùng A-háp rằng, *"Vậy bây giờ vua hãy sai người đi nhóm cả Y-sơ-ra-ên, với bốn trăm năm mươi tiên-tri của Ba-anh, và bốn trăm tiên-tri của Át-tạt-tê, ăn tại bàn Giê-sa-bên, khiến họ đến cùng tôi trên núi Cạt-mên"* (1 Các Vua 18:19).

Vì Ê-li biết rõ rằng nạn hạn hán đến trên Y-sơ-ra-ên là dân sự nó thờ lạy thần tượng, người đã tìm cách thi thố với 850 tiên tri của các thần tượng và quả quyết rằng, *"Thần đáp lời bằng lửa, ấy quả là Đức Chúa Trời"* (1 Các Vua 18:24). Vì Ê-li tin Đức Chúa Trời, người đã tỏ cùng Ngài một đức tin rằng Ngài sẽ đáp lời bằng lửa.

Kế đến, người nói cùng những tiên tri Ba-anh rằng, *"Ê-li bèn nói với những tiên-tri Ba-anh rằng: Hãy chọn một con bò đực, làm nó trước đi, vì các ngươi đông; rồi hãy cầu-khẩn danh của thần các ngươi; nhưng chớ châm lửa"* (1 Các Vua 18:25). Khi các tiên tri Ba-anh suốt từ sáng đến chiều chẳng hề nhận được một sự đáp lời nào, Ê-li đã chế nhạo họ.

Ê-li tin rằng Đức Chúa Trời sẽ đáp lời người bằng lửa, với sự hồ hởi, người truyền cho dân sự Y-sơ-ra-ên dựng cái bàn thờ rồi sai đem nước đổ lên của lễ thiêu và củi, kế đến người cầu nguyện cùng Đức Chúa Trời.

Đức Giê-hô-va ôi! Xin nhậm lời tôi, xin đáp lời tôi, hầu cho dân-sự nầy nhìn-biết rằng Giê-hô-va là Đức Chúa Trời, và Ngài khiến cho lòng họ trở lại (1 Các

Vua 18:37).

Bấy giờ, lửa của Đức Giê-hô-va giáng xuống thiêu đốt của lễ, củi, đá, bụi, và rút nước trong mương. Thấy vậy, cả dân sự sấp mình xuống đất, và la rằng: *"Giê-hô-va là Đức Chúa Trời! Giê-hô-va là Đức Chúa Trời"* (1 Các Vua 18:38-39).

Mọi sự đều trở nên có thể vì Ê-li chẳng có chút nghi ngại trong lòng khi người cầu xin Đức Chúa Trời (Gia-cơ 1:6) và tin rằng người đã nhận được điều mình cầu xin trong sự cầu nguyện (Mác 11:24).

Tại sao Ê-li đã sai đổ nước lên của lễ thiêu rồi sau đó mới cầu nguyện? Vì cơn hạn hán đã kéo dài đến ba năm rưỡi, thứ hiếm và quí nhất trong những thứ cần thiết lúc bấy giờ ấy là nước. Bởi việc đổ đầy bốn thùng nước rồi đem đổ lên của lễ thiêu đến ba lần (1 Các Vua 18:33-34), Ê-li đã tỏ cho Đức Chúa Trời thấy đức tin của mình và dâng cho Ngài thứ quí nhất đối với người. Đức Chúa Trời yêu mến kẻ ban cho vui vẻ (2 Cô-rinh-tô 9:7) không những cho phép Ê-li gặt lấy những gì người đã gieo, mà còn ban cho người sự đáp lời bằng lửa để cho hết thảy dân sự Y-sơ-ra-ên biết rằng quả thật Ngài là Đức Chúa Trời hằng sống.

Khi chúng ta theo gương Ê-li mà bày tỏ đức tin mình với Đức Chúa Trời, dâng lên Ngài điều quí nhất của mình, và chuẩn bị mình để nhận lãnh sự đáp lời của Ngài cho sự cầu nguyện mình, chúng ta có thể làm chứng về Đức Chúa Trời hằng sống cho hết thảy mọi người với sự đáp lời bằng lửa của Ngài.

3. Ê-li Khiến Xảy Đến Một Trận Mưa Lớn

Sau khi tỏ về Đức Chúa Trời hằng sống cho toàn dân sự Y-sơ-ra-ên qua sự đáp lời bằng lửa của Ngài để khiến những kẻ thờ lạy thần tượng phải ăn năn, Ê-li nhớ lại lời người đã thề trước A-háp – *"Ta đứng trước mặt Giê-hô-va Đức Chúa Trời của Y-sơ-ra-ên hằng-sống mà thề rằng: Mấy năm về sau đây, nếu ta chẳng nói, chắc sẽ không có sương, cũng không có mưa"* (1 Các Vua 17:1). Người nói cùng vua rằng, *"Hãy đi lên, ăn và uống, vì tôi đã nghe tiếng mưa lớn"* (1 Các Vua 18:42), rồi người đi lên đỉnh núi Cạt-mên. Người làm vậy để lời Chúa được ứng nghiệm, *"Ta sẽ cho mưa xuống mặt đất,"* (1 Các Vua 18:1) và nhận lấy sự đáp lời của Ngài.

Mỗi khi lên đến đỉnh núi Cạt-mên, Ê-li cuối xuống đất và úp mặt mình giữa hai đầu gối. Tại sao Ê-li đã cầu nguyện với thái độ như vậy? Ê-li vô cùng đau đớn đương lúc người cầu nguyện.

Qua hình ảnh nầy, chúng ta có thể thấy được Ê-li đã tha thiết và hết lòng kêu cầu Đức Chúa Trời là thế nào. Hơn nữa cho đến khi người tận mắt nhìn thấy sự đáp lời của Chúa, Ê-li không thôi cầu nguyện. Vị tiên tri truyền cho tôi tớ mình nhìn về phía biển cho đến khi thấy được một cụm mây nhỏ bằng lòng bàn tay, Ê-li đã cầu nguyện với thái độ như vậy trong bảy lần. Điều nầy là quá đủ để khiến cho Đức Chúa Trời cảm động và làm lay động ngai thiên thượng của Ngài. Vì Ê-li đã khiến xảy ra một cơn mưa lớn sau ba năm rưỡi, cho chúng ta thấy rằng lời cầu nguyện của người có quyền năng tột bực.

Khi Ê-li nhận được sự đáp lời bằng lửa của Đức Chúa Trời,

người đã xưng nhận ra bằng chính môi miệng mình rằng Đức Chúa Trời sẽ hành động cho người mặc dù Ngài không nói về điều ấy; người cũng làm y như vậy khi khiến cho cơn mưa xảy đến. Nhìn thấy một cụm mây nhỏ bằng lòng bàn tay, tiên tri Ê-li bèn sai người đi nói cùng A-háp rằng, *"Hãy đi nói với A-háp rằng: Hãy thắng xe và đi xuống, kẻo mưa cầm vua lại chăng"* (1 Các Vua 18:44). Vì Ê-li đã có loại đức tin mà qua đó người có thể tự mình công bố cho dù người chưa tận mắt nhìn thấy (Hê-bơ-rơ 11:1), Đức Chúa Trời đã tùy theo đức tin của người mà làm cho ứng nghiệm như vậy. Quả thật, theo như đức tin của Ê-li, chỉ trong một lúc, trời bị mây che đen, gió nổi dậy, và có cơn mưa rất lớn (1 Các Vua 18:45).

Chúng ta phải tin rằng, Đức Chúa Trời, Đấng đã đáp lời cầu nguyện của Ê-li bằng lửa và một cơn mưa đã chờ đợi từ lâu sau nạn hạn hán kéo dài ba năm rưỡi, cũng chính là Đức Chúa Trời đập tan mọi thử thách và khốn khổ của chúng ta, ban cho chúng ta điều lòng mình ao ước và những phước hạnh diệu kỳ.

Đến bây giờ, tôi tin chắc anh chị em đã nhận biết rằng để được Chúa đáp lời bằng lửa, để dâng vinh hiển lên cho Ngài, và làm thành điều lòng mình ao ước, trước hết chúng ta phải bày tỏ với Ngài loại đức tin mà Ngài ưa thích, phá đổ mọi bức tường tội lỗi ngăn cách chúng ta với Đức Chúa Trời, cầu xin Ngài bất kỳ sự gì, không một chút nghi ngờ.

Thứ hai, chúng ta phải xây một bàn thờ trước mặt Đức Chúa Trời, dâng của lễ lên cho Ngài và cầu nguyện hết lòng. Thứ ba, cho đến chừng chúng ta nhận được sự đáp lời của Ngài, chúng ta phải công bố bằng môi miệng mình rằng Đức Chúa Trời sẽ ban cho chúng ta điều mình cầu xin. Bấy giờ Đức Chúa Trời sẽ rất đỗi đẹp lòng mà nhậm lời cầu nguyện của chúng ta hầu cho chúng ta có thể dâng vinh hiển lên cho Ngài với tấm lòng thỏa nguyện của mình.

Đức Chúa Trời đáp lời chúng ta khi chúng ta cầu nguyện với Ngài về những vấn đề liên quan đến linh hồn, con cái, sức khỏe, công việc, hay bất kỳ vấn đề nào khác, và được chúng ta tôn vinh. Chúng ta hãy có đức tin trọn vẹn như đức tin của Ê-li, cầu nguyện cho đến khi được Chúa nhậm lời, và trở nên những con cái phước hạnh của Ngài, luôn dâng vinh hiển lên Cha thiên thượng của chúng ta!

Chương 7

Làm Thế Nào Để Được Trọn Điều Lòng Mình Ao Ước

Hãy khoái lạc nơi Đức Giê-hô-va,
thì Ngài sẽ ban cho ngươi điều lòng mình ao ước.

Thi Thiên 37:4

Ngày nay nhiều người tìm kiếm sự đáp lời của Đức Chúa Trời toàn năng cho đủ thứ nan đề mà mình gặp phải. Họ sốt sắng kiêng ăn và cầu nguyện, cầu nguyện thâu đêm để được chữa lành, vực lại công việc làm ăn đã thất bại, sinh con, và cầu xin sự ban phước về vật chất. Song, đáng tiếc là số người không thể nhận được sự đáp lời nhiều hơn số người có thể.

Khi họ chẳng nghe được gì từ Đức Chúa Trời trong một hai tháng, họ trở nên mệt mỏi, mà rằng, "Đức Chúa Trời chẳng có thật," rồi hết thảy cùng nhau bỏ Chúa mà đi thờ lạy thần tượng, ấy là cách họ đã làm nhục danh Ngài. Nếu một người tin Chúa và tham dự vào công việc hội thánh mà chẳng nhận được quyền phép của Đức Chúa Trời và dâng vinh hiển lên cho Ngài, làm sao có thể gọi đó là "đức tin thật"?

Nếu người ta xưng nhận mình là người tin Chúa thật, thì với tư cách là con của Ngài, người ấy ắt hẳn phải có thể nhận được điều lòng mình ao ước, bất kỳ sự gì lòng người ao ước đều được đáp ứng và làm trọn khi còn sống ở đời nầy. Song có nhiều người chẳng được đáp ứng điều lòng họ ao ước cho dù họ công bố đức tin của mình. Ấy là tại bởi họ không biết mình là ai. Với phân đoạn Kinh Thánh nền tảng của chương nầy, chúng ta hãy tra xem cách thức mà qua đó những điều lòng chúng ta ao ước được làm thành.

1. Trước Hết, Người Ta Phải Tra Xét Lòng Mình

Mỗi một cá nhân phải nhìn lại và xem cho biết mình có phải

là người thật sự tin vào Đức Chúa Trời toàn năng hay không, hay chỉ tin nửa vời, tin trong sự nghi ngờ, hay với tấm lòng xảo trá chỉ tìm kiếm một vận may nào đó. Trước khi nhận biết Chúa Giê-su Christ, hầu hết người ta đều là những kẻ thờ thần tượng hay chỉ tin vào chính mình. Dẫu vậy, khi đối diện với thử thách và khốn khổ nghiêm trọng, sau khi nhận biết rằng những tai họa mà họ đối diện không thể nào có thể giải quyết được bởi sức lực của con người hay các thần tượng của mình, họ lấy làm lạ về những điều chung quanh, và nghe ở đâu đó rằng Đức Chúa Trời có thể giải quyết được những nan đề của họ, cuối cùng họ tìm đến với Ngài.

Thay vì nhìn vào Đức Chúa Trời quyền năng, con người đời nầy thường nghi ngờ mà nghĩ rằng, 'Chẳng biết nếu tôi cầu xin thì Ngài sẽ đáp lời chăng?' hay 'Ồ, sự khủng hoảng của tôi có thể giải quyết được bằng sự cầu nguyện sao?' Song, Đức Chúa Trời toàn năng là Đấng làm chủ trên lịch sử nhân loại cũng như trên sự sống, sự chết, sự rủa sả và sự chúc phước, khiến kẻ chết sống lại, và dò xét lòng người, nên Ngài chẳng đáp lời kẻ có lòng nghi ngờ (Gia-cơ 1:6-8).

Nếu một người thật sự tìm kiếm để làm thỏa mãn những khao khát của lòng mình, trước hết người ấy phải quăng xa sự nghi ngờ và sự tìm kiếm vận may ra khỏi lòng mình, mà tin rằng họ đã nhận được những gì họ cầu xin Đức Chúa Trời toàn năng trong sự cầu nguyện. Chỉ khi đó thì Đức Chúa Trời quyền năng mới ban tình yêu thương của Ngài và khiến cho người ấy được làm thành những sự ao ước của lòng mình.

2. Thứ Hai, Bảo Chứng Cứu Rỗi và Điều Kiện Đức Tin của Một Người Phải Được Tra Xét

Ở hội thánh ngày nay, nhiều tín đồ bị ràng buộc bởi những nan đề trong đời sống đức tin của mình. Thật đau lòng khi nhìn thấy có quá nhiều người đang lang thang trong lĩnh vực thuộc linh, những kẻ không nhìn thấy được vì sự kiêu ngạo thuộc linh của mình, đức tin của họ hướng đến sự lầm lạc, còn những kẻ khác thì thiếu bảo chứng của sự cứu rỗi mặc dù đã trải qua nhiều năm đời sống trong Đấng Christ và phục vụ Ngài.

Rô-ma 10:10 cho chúng ta biết rằng, *"Vì tin bởi trong lòng mà được sự công bình, còn bởi miệng làm chứng mà được sự cứu rỗi."* Khi mở cửa lòng để tin nhận Đức Chúa Giê-su christ làm Cứu Chúa của mình, bởi ân sủng Thánh Linh được ban cho cách nhưng không từ nơi cao, chúng ta được quyền làm con của Đức Chúa Trời. Hơn nữa, khi chúng ta bởi miệng mình mà xưng nhận Đức Chúa Giê-su christ là Cứu Chúa và tin trong lòng rằng Đức Chúa Trời đã khiến Chúa Giê-su từ cõi chết sống lại, chúng ta sẽ được chắc chắn về sự cứu rỗi của mình.

Nếu không chắc chắn là chúng ta có được cứu rỗi hay không, thì sẽ có vấn đề trong điều kiện cứu rỗi của chúng ta. Ấy là vì nếu chúng ta thiếu sự tin chắc rằng Đức Chúa Trời là Cha thiên thượng của mình và sự nhận được quyền công dân nước thiên đàng và trở nên con của Ngài, chúng ta không thể sống theo ý muốn của Cha được.

Vì vậy, Đức Chúa Giê-su phán rằng, *"Chẳng phải hễ những kẻ nói cùng ta rằng: Lạy Chúa, lạy Chúa, thì đều được vào nước thiên đàng đâu; nhưng chỉ kẻ làm theo ý muốn của Cha ta ở trên trời mà thôi"* (Ma-thi-ơ 7:21). Nếu mối giao thông "Cha-con (con trai hay con gái)" với Đức Chúa Trời chưa trở thành hiện thực đối với một người, thì việc người ấy không nhận được sự đáp lời của Ngài là lẽ đương nhiên. Tuy vậy, cho dù mối thông giao ấy đã được hình thành, nếu lòng kẻ ấy có điều sai trật trước mặt Đức Chúa Trời, thì Ngài cũng không thể nhậm lời cầu nguyện của kẻ ấy.

Thế thì, nếu chúng ta trở thành con cái của Đức Chúa Trời là kẻ đã có bảo chứng của sự cứu rỗi và đã ăn năn vì đã không làm theo ý muốn của Đức Chúa Trời, Ngài sẽ giải quyết mọi nan đề của chúng ta kể cả bệnh tật, sự thất bại trong việc làm ăn, khó khăn tài chánh, và Ngài khiến mọi sự trở nên hữu ích cho chúng ta.

Nếu chúng ta tìm kiếm Đức Chúa Trời vì nan đề mà chúng ta gặp phải với con cái mình bằng lời của lẽ thật, Đức Chúa Trời giúp chúng ta tính toán để lo liệu mọi nan đề và vấn đề tồn tại giữa chúng ta và con cái mình. Nhiều khi, con cái thường bị đổ lỗi cho; tuy nhiên chính cha mẹ là những người phải chịu trách nhiệm cho những rắc rối với con cái họ. Trước khi chỉ trở về phía con cái, nếu trước hết cha mẹ xoay khỏi đường lối sai lầm và ăn năn về những sự ấy, cố gắng nuôi dưỡng con cái mình cách thích đáng, và trao hết mọi sự cho Đức Chúa Trời, Ngài sẽ ban cho họ sự khôn sáng và hành xử vì sự tốt đẹp của cả cha mẹ lẫn con cái.

Vậy nên, nếu chúng ta đến hội thánh để tìm kiếm giải pháp

cho nan đề với con cái mình, bệnh tật, tài chánh, và những thứ tương tự, thay vì vội vàng kiêng ăn cầu nguyện, hay cầu nguyện thâu đêm, trước hết chúng ta phải dùng lẽ thật để tìm hiểu xem điều gì đã gây trở ngại mối thông giao giữa chúng ta với Đức Chúa Trời, để chúng ta ăn năn và xoay bỏ. Bấy giờ Đức Chúa Trời sẽ hành động vì sự tốt đẹp của chúng ta khi chúng ta được Đức Thánh Linh soi dẫn. Nếu chúng ta không cố gắng tìm hiểu, nghe lời Đức Chúa Trời, hay làm theo lời Ngài, Đức Chúa Trời sẽ chẳng nhậm lời cầu nguyện của chúng ta.

Vì có rất nhiều trường hợp người ta không nắm hết được lẽ thật và không nhận được sự đáp lời và phước hạnh của Đức Chúa Trời, hết thảy chúng ta phải làm trọn những điều lòng mình ao ước bằng cách tin chắc vào sự cứu rỗi của mình và làm theo ý muốn của Đức Chúa Trời (Phục Truyền 28:1-14).

3. Thứ Ba, Chúng Ta Phải Làm Đẹp Ý Chúa Bằng Việc Làm của Mình

Hễ ai thừa nhận rằng Đức Chúa Trời là Đấng Tạo Hóa và tin nhận Chúa Giê-su làm Cứu Chúa mình, cho đến chừng nào anh ta biết được lẽ thật và được khai sáng, linh hồn của người ấy sẽ được thịnh vượng. Ngoài ra, khi anh ta tiếp tục nhận biết tấm lòng của Đức Chúa Trời, anh ta sẽ có đời sống đẹp ý Chúa. Trong khi những con trẻ chập chững hai, ba tuổi chưa biết cách làm đẹp lòng cha mẹ, ở tuổi thanh niên và tuổi trưởng thành con cái bắt đầu học biết cách làm đẹp lòng cha mẹ chúng. Cũng giống như vậy, con cái của Đức Chúa Trời càng hiểu và làm theo lẽ thật, chúng càng có thể làm đẹp lòng Cha chúng nhiều hơn.

Kinh Thánh rất nhiều lần cho chúng ta biết cách mà qua đó những tổ phụ đức tin nhận lãnh được sự đáp lời của Chúa cho sự cầu nguyện của mình bằng cách làm đẹp ý Ngài. Áp-ra-ham đã làm đẹp ý Chúa như thế nào?

Áp-ra-ham đã luôn sống trong sự hòa thuận và thánh khiết (Sáng Thế Ký 13:9), toàn tâm, toàn trí, và dốc sức phục vụ Đức Chúa Trời (Sáng Thế Ký 18:1-10), hoàn toàn vâng phục Ngài mà chẳng hề xen lẫn ý tưởng riêng của mình (Hê-bơ-rơ 11:19; Sáng Thế Ký 22:12), vì ông tin rằng Đức Chúa Trời có thể khiến kẻ chết sống lại. Kết quả, Áp-ra-ham đã được ban phước bởi Giê-hô-va Di-rê hay "Giê-hô-va Sẽ Sắm Sẵn" phước hạnh về con cái, tài chánh, sức khỏe, và những thứ tương tự, phước hạnh mọi đàng (Sáng Thế Ký 22:16-18, 24:1).

Nô-ê đã làm gì để nhận lãnh phước hạnh của Đức Chúa Trời? Người là kẻ công chính, không chỗ chê trách trong giữa những con người đồng thời của ông, và đồng bước đi với Đức Chúa Trời (Sáng Thế Ký 6:9). Khi sự đoán phạt bằng nước nhấn chìm cả thế gian, chỉ có Nô-e cùng gia đình người có thể thoát khỏi cơn đoán phạt ấy và được cứu rỗi. Vì Nô-ê đã đồng bước đi với Đức Chúa Trời, người đã có thể nghe được tiếng phán của Đức Chúa Trời và sắm một chiếc thuyền lớn để dẫn dắt cả gia đình mình đều được cứu rỗi.

Khi người đàn bà góa tại Sa-rép-ta trong 1 Các Vua 17:8-16 đã gieo hột giống đức tin nơi tôi tớ Đức Chúa Trời là Ê-li đương lúc ba năm rưỡi hạn hán tại Y-sơ-ra-ên, bà đã nhận lãnh được những phước hạnh lạ lùng. Khi bà vâng phục trong đức tin và hầu việc Ê-li với mẩu bánh được làm từ một nắm bột còn lại trong vò và một chút dầu còn lại trong bình, Đức Chúa Trời đã ban phước cho bà để làm ứng nghiệm lời của tiên tri Ngài nói rằng *"Bột sẽ không hết trong vò, và dầu sẽ không thiếu trong bình, cho đến ngày Đức Giê-hô-va giáng mưa xuống đất"* (c. 14).

Vì người đàn bà tại Su-men trong 2 Các Vua 4:8-17 đã phục vụ và đối đãi tôi tớ Đức Chúa Trời là Ê-li-sê với sự quan tâm tận tình và lòng tôn kính, bà đã được Chúa ban phước sanh được một con trai. Người đàn bà phục vụ tôi tớ Đức Chúa Trời không phải vì muốn được trả công, mà vì bà hết lòng yêu mến Đức Chúa Trời. Ấy chẳng phải là điều đã khiến cho người đàn bà đó nhận lãnh được phước hạnh của Đức Chúa Trời sao?

Ngoài ra chúng ta cũng còn biết rằng ắt hẳn Đức Chúa Trời đã rất đỗi hài lòng với đức tin của Đa-ni-ên và ba bạn của người. Mặc dù Đa-ni-ên bị ném vào hang sư tử vì tội đã cầu nguyện với Đức Chúa Trời, người đã bước ra khỏi hang sư tử mà chẳng hề hấn gì vì người tin cậy Đức Chúa Trời (Đa-ni-ên 6:16-23). Mặc dù ba bạn của Đa-ni-ên bị trói và ném vào lò lửa hừng vì tội không thờ lạy thần tượng, họ đã dâng vinh hiển lên cho Đức Chúa Trời sau khi bước ra khỏi lò lửa hừng ấy một cách hoàn toàn vô sự hay chẳng có một sợi tóc nào của họ bị cháy sém (Đa-ni-ên 3:19-26).

Thầy đội trong Ma-thi-ơ 8 đã có thể làm đẹp lòng Chúa bằng đức tin lớn của mình, và theo như đức tin đó, người đã nhận được sự đáp lời của Đức Chúa Trời. Khi người đến thưa cùng Chúa Giê-su rằng đầy tớ của mình bị bại và đau đớn lắm, Chúa Giê-su tỏ ý muốn đến thăm nhà thầy đội để chữa lành cho đầy tớ người. Song, khi thầy đội thưa cùng Chúa Giê-su, *"Xin Chúa chỉ phán một lời, thì đầy tớ tôi sẽ được lành,"* (c. 8) người đã bày tỏ đức tin lớn và tình yêu thương rất mực đối với đầy tớ mình, Chúa Giê-su khen ngợi người mà rằng, *"Ta chưa hề thấy ai trong dân Y-sơ-ra-ên có đức tin lớn như vậy"* (c. 10). Vì người ta nhận sự đáp lời của Đức Chúa Trời tùy theo đức tin họ, ngay giờ đó đầy tớ của thầy đội đã được chữa lành. Ha-lê-lu-gia!

Hơn thế nữa, trong Mác 5:25-34 chúng ta thấy đức tin của một người đàn bà đã phải khổ sở vì bệnh mất huyết trong 12 năm. Mặc dù đã chạy chữa qua rất nhiều thầy thuốc và tốn nhiều tiền bạc, mà bệnh tình ngày càng nặng thêm. Khi nghe tin về Chúa Giê-su, người đàn bà ấy tin rằng mình có thể được chữa lành nếu rờ được áo Ngài. Người bèn lẩn từ đằng sau và bước lên giơ tay ra chạm vào áo Ngài, ngay lúc đó người đàn bà ấy đã được chữa lành.

Người đội trưởng tên là Cọ-nây trong sách Công Vụ 10:1-8 đã có tấm lòng như thế nào và đã làm cách nào, để một người

Ngoại, hầu việc Chúa và cả nhà người đều được cứu rỗi? Chúng ta nhận thấy rằng Cọt-nây và cả nhà người đều chân thành và kính sợ Đức Chúa Trời; người có lòng hào phóng đối với những kẻ nghèo khó và thường xuyên cầu nguyện với Đức Chúa Trời. Do đó, những lời cầu nguyện của Cọt-nây và sự giúp đỡ người nghèo đã trở nên sự dâng hiến đáng được ghi nhớ trước mặt Đức Chúa Trời cho nên khi Phi-e-rơ đến thăm nhà người để thờ phượng Đức Chúa Trời, hết thảy người nhà Cọt-nây đều được nhận lãnh Đức Thánh Linh và khởi sự nói tiếng lạ.

Trong sách Công Vụ 9:36-42 chúng ta thấy có người đàn bà tên là Ta-bi-tha (nghĩa là Đô-ca) người làm nhiều việc lành và hay giúp đỡ người nghèo, song người đã đau bịnh và chết. Khi Phi-e-rơ đến trong sự hối thúc của các môn đệ mình, người quỳ xuống và cầu nguyện, Ta-bi-tha đã sống lại.

Khi con cái Ngài thi hành bổn phận và làm đẹp lòng Cha mình, Đức Chúa Trời hằng sống làm thành những điều mà lòng họ ao ước và khiến mọi sự trở nên ích lợi cho họ. Khi thật sự tin vào thực tế nầy, chúng ta sẽ luôn nhận lãnh được sự đáp lời của Đức Chúa Trời trong suốt cả cuộc đời mình.

Qua nhiều cuộc thăm dò và đối thoại, tôi nghe có nhiều người từng có đức tin lớn, phục vụ tốt trong hội thánh, và trung tín, song đã lìa bỏ Đức Chúa Trời sau một thời gian gặp thử thách và khốn khổ. Mỗi lần như vậy, tôi không thể cầm được nỗi đau lòng đối với những người không có khả năng làm nên sự khác biệt về thuộc linh.

Nếu có đức tin thật, người ta sẽ không bao giờ lìa bỏ Đức Chúa Trời ngay cả khi thử thách đến trên họ. Nếu có đức tin thuộc linh, họ sẽ vui mừng, biết ơn, và cầu nguyện ngay trong những lúc khó khăn thử thách và khốn khổ. Họ sẽ không phản Chúa, không bị cám dỗ, hay lạc bước trong đức tin nơi Ngài. Đôi khi người ta có thể trung tín trong hy vọng nhận lãnh ơn phước hay được người khác công nhận. Song sự cầu nguyện bởi đức tin và sự cầu nguyện đầy hy vọng trong ngẫu hứng có thể dễ dàng phân biệt bởi những kết quả tương ứng của nó. Nếu người ta cầu nguyện bởi đức tin thuộc linh, sự cầu nguyện của họ phải chắc chắn có việc làm cặp theo, ấy là sự đẹp lòng Đức Chúa Trời, và người ấy sẽ dâng vinh hiển lớn lên cho Ngài bởi việc lần lượt làm trọn được những điều lòng họ ao ước.

Với Kinh Thánh làm kim chỉ nam, chúng ta tra xem để biết những tổ phụ đức tin của chúng ta đã bày tỏ đức tin mình với Đức Chúa Trời như thế nào và với tấm lòng như thế nào để họ có thể làm đẹp ý Ngài và được trọn những điều lòng mình ao ước. Vì Đức Chúa Trời ban phước, như đã hứa, cho hết thảy những ai làm đẹp ý Ngài – như Ta-bi-tha, người đã chết được làm cho sống lại, đã làm đẹp ý Ngài, theo cách mà người đàn bà son sẻ ở Su-men đã được ban phước sanh một con trai làm đẹp ý Ngài, và cách mà người đàn bà bị bịnh mất huyết 12 năm đã làm Ngài đẹp lòng – chúng ta hãy tin và trông đợi vào Ngài.

Đức Chúa Trời phán cùng chúng ta rằng, *"'Sao ngươi nói, nếu thầy làm được?' Kẻ nào tin thì mọi việc đều được cả"* (Mác 9:23). Khi chúng ta tin rằng Ngài có thể làm chấm dứt mọi nan để của chúng ta, hoàn toàn trao hết cho Ngài mọi nan đề có liên quan đến đức tin, bệnh tật, con cái, và tài chánh mà nương cậy nơi Ngài, thì Ngài chắc chắc sẽ chăm sóc hết thảy những sự ấy cho chúng ta (Thi Thiên 37:5).

Bằng cách làm đẹp ý Đức Chúa Trời là Đấng chẳng hề nói dối, song những gì Ngài đã nói thì Ngài sẽ làm, nguyện mỗi chúng ta được trọn những gì lòng mình ao ước, dâng vinh hiển lớn lao lên cho Đức Chúa Trời, và có một đời sống phước hạnh. Trong danh Đức Chúa Giê-su Christ, tôi dâng lời cầu nguyện!

Tác Giả:
Tiến Sĩ Jaerock Lee

Tiến Sĩ Jaerock Lee sinh trưởng tại Muan, tỉnh phận Jeonnam, Cộng Hòa Nhân Dân Triều Tiên, năm 1943. Những năm tháng của tuổi hai mươi, Mục sư Lee đã phải trải qua rất nhiều căn bệnh nan y, trong bảy năm trường đầy tuyệt vọng, vô phương cứu chữa, ông chỉ còn biết chờ chết. Một ngày kia, vào mùa xuân 1974, được chị gái đưa đến nhà thờ, khi quỳ xuống cầu nguyện, Đức Chúa Trời hằng sống đã chữa lành mọi bệnh tật ông ngay tức khắc.

Qua kinh nghiệm kỳ diệu đó, Mục sư Lee đã gặp được Đức Chúa Trời hằng sống, ông đã dâng trọn tấm lòng thành kính lên Ngài, năm 1978, ông được kêu gọi bước vào con đường hầu việc Đức Chúa Trời. Ông hết lòng cầu nguyện để hiểu rõ ý muốn Ngài và hoàn thành sứ mạng một cách tốt nhất, ông vâng phục tất cả các mạng lệnh. Năm 1982, ông sáng lập Hội Thánh Manmin Joong-ang tại Seoul, Hàn Quốc, tại đây nhiều công việc của Chúa kể cả những phép lạ chữa lành, những dấu lạ đã và đang xảy ra đến mức không kể xiết.

Năm 1986, Mục sư Lee được thụ phong tại Hội Thánh Annual Assembly Jesus Sungkyul Hàn Quốc, bốn năm sau, 1990, những bài giảng luận của ông bắt đầu được phát sóng bởi Tập Đoàn Phát Thanh Viễn Đông, Đài Phát Thanh Á Châu, và Hệ thống Truyền thanh Cơ Đốc Nhân Washington, Úc, Nga, Philipines, và nhiều quốc gia khác.

Ba năm sau, 1993, Hội Thánh Manmin Joong-ang được tạp chí *Cơ Đốc Nhân Thế Giới* (US) tuyển chọn, xếp vào "50 Hội Thánh Hàng Đầu Thế Giới" và ông nhận học vị Tiến Sĩ Danh Dự Thần Học của Trường Đại Học Niềm Tin Cơ Đốc Nhân, Florida, USA, năm 1996, nhận học vị Tiến sĩ Mục Vụ tại Trường Thần Học Kingsway, Iowa, USA.

Kể từ năm 1993, Mục sư Lee đã bước vào sứ mạng truyền giáo Toàn cầu qua nhiều chiến dịch hải ngoại tại Hoa Kỳ, Tanzania, Argentina, L.A., Baltimore City, Hawaii, and New York City of the USA Uganda, Japan, Pakistan, Kenya, Philippines, Honduras, India, Russia, Germany, Peru, Cộng Hòa Dân Nhân Dân Công Gô, và Y-sơ-ra-ên và Estonia.

Năm 2002, ông được tờ báo chuyên đề Cơ Đốc Nhân Hàn Quốc gọi là "Nhà phục hưng toàn cầu" vì chức vụ đầy quyền năng của ông trong nhiều chiến dịch hải ngoại. Đặc biệt, 'Chiến Dịch New York 2006' của ông được tổ chức tại Madison Square Garden, đấu trường nổi tiếng nhất thế giới, đã được phát sóng đến 220 quốc gia, và trong 'Chiến Dịch Liên Hiệp Y-sơ-ra-ên 2009' của ông được tổ chức tại Trung Tâm Hội Nghị Quốc Tế tại Giê-ru-sa-lem, ông đã dạn dĩ công bố Đức Chúa Giê-su Christ là Đấng Mê-si-a và là Đấng Cứu Thế. Bài giảng của ông được phát đến 176 quốc gia qua vệ tinh kể cả GCN TV và ông đã được liệt vào một trong mười lãnh đạo Cơ Đốc có ảnh hưởng nhất của năm 2009 và 2010 bởi một tạp chi Cơ Đốc nổi tiếng của Nga và một cơ quan *Báo Điện Tử Cơ Đốc* vì chức vụ đầy quyền năng của ông được phát sóng qua vô tuyến truyền hình và mục vụ đối với hội thánh hải ngoại của ông.

Trong tháng bảy năm 2018, Hội Thánh Trung Tâm Manmin có đến hơn 130.000 thành viên. Có 10.000 hội thánh thành viên trên toàn cầu kể cả 56 hội thánh thành viên trong nước, cho đến nay có hơn 100 giáo sĩ đã làm công tác truyền giáo đến 26 quốc gia, bao gồm Hoa Kỳ, Nga, Đức, Ca-na-da, Nhật, Trung Quốc, Pháp, Ấn Độ, Kenya, và nhiều quốc gia khác.

Cho đến ngày xuất bản sách này, Tiến Sĩ Lee đã viết được 112 cuốn sách, trong đó có những cuốn rất được ưa chuộng như, *Ném Trải Cuộc Sống Đời Đời Trước Khi Chết, Đời Tôi và Niềm Tin I & II, Sứ Điệp Thập Tự Giá, Tầm Thước Đức Tin, Thiên Đàng I & II, Địa Ngục*, và *Quyền Năng Đức Chúa Trời*. Những tác phẩm của ông đã được phiên dịch trên 75 ngôn ngữ khác nhau.

Các mục báo Cơ Đốc của ông xuất hiện trên *The Hankook Ilbo, The JoongAng Daily, The Dong-A Ilbo, The Munhwa Ilbo, The Seoul Shinmun, The Kyunghyang Shinmun, The Hankyoreh Shinmun, The Korea Economic Daily, The Shisa News*, và *The Christian Press*.

Tiến Sĩ Lee hiện nay là lãnh đạo của nhiều tổ chức truyền giáo và hiệp hội, bao gồm: Chủ Tọa Liên Hiệp Hội Thánh Phúc Âm Đắng Christ; Nhà Sáng Lập & Ban Chủ Tọa Mạng Lưới Cơ Đốc Nhân Toàn Cầu (GCN), Mạng Lưới Bác Sĩ Cơ Đốc Nhân Toàn Cầu (WCDN), và Trường Thần Học Quốc Tế Manmin (MIS).

Những sách khác đầy quyền năng cùng tác giả

Thiên Đàng I & II

Một bản phát thảo chi tiết về một môi trường sống huy hoàng tráng lệ mà những công dân thiên đàng sẽ vui sống và một sự mô tả tuyệt vời về những cấp độ khác nhau của các vương quốc thiên đàng.

Sứ Điệp Thập Tự Giá

Một sứ điệp thức tỉnh đầy quyền năng dành cho những ai đang trong tình trạng ngủ mê thuộc linh! Qua sách nầy chúng ta sẽ nhận biết được lý do tại sao Giê-su là Cứu Chúa duy nhất và tình yêu chân thật của Đức Chúa Trời.

Địa Ngục

Một sứ sứ điệp tha thiết nhất gởi đến toàn nhân loại từ Đức Chúa Trời, Đấng không muốn một linh hồn nào vực sâu địa ngục! chúng ta sẽ khám phá một điều chưa từng được biết về thực tế thảm khốc của Hạ Tầng Âm Phủ và địa ngục.

Linh, Hồn, và Thân Thể I & II

Sách kim chỉ nam đem lại cho chúng ta sự hiểu biết thuộc linh về linh, hồn, và thân thể, đồng thời giúp chúng ta nhận biết được 'bản ngã' mình hầu cho chúng ta có được quyền năng đánh bại thế lực tối tăm và trở nên con người thuộc linh.

Tầm Thước Đức Tin

Nơi ở và vương miện nào trên thiên đàng đang chờ chúng ta? Sách nầy cung cấp cho chúng ta sự khôn ngoan và hướng dẫn chúng ta phương cách để có thể biết được lượng đức tin của mình và trưởng dưỡng lượng đức tin ấy một cách tốt nhất và trưởng thành nhất.

Thức Tỉnh Y-sơ-ra-ên

Tại sao Đức Chúa Trời luôn đoái xem đến Y-sơ-ra-ên từ buổi sáng thế cho đến ngày nay? Ơn phước nào đã được sắm sẵn cho Y-sơ-ra-ên, kẻ đang chờ đợi Đấng Mê-si-a, trong những ngày sau cuối?

Đời Tôi và Niềm Tin I & II

Một mùi hương thiêng liêng tuyệt vời nhất qua đời sống của Dr. Jaerock Lee được chiết xuất từ tình yêu của Đức Chúa Trời được trổ hoa trong giữa đợt sóng đen tối, ách lạnh lùng và những thất vọng khó lường nhất.

Quyền Năng Đức Chúa Trời

Một cuốn sách nhất thiết phải đọc, nó như một sự hướng dẫn cần thiết để qua đó người ta có thể có được đức tin thật và kinh nghiệm về quyền năng kỳ diệu của Đức Chúa Trời.

www.urimbooks.com